નવું જાણો

મિહિર જાગૃતિ વોરા

Made with ♥ on the Notion Press Platform
www.notionpress.com

આ પુસ્તક હું માતા પિતા, મોટા ભાઈ ભાભી અને પ્રિય ભત્રીજી ને
અર્પણ કરું છું

સામગ્રી

પ્રસ્તાવના

નવું જાણો પુસ્તકમાં મેં વિજ્ઞાન વિષયક મારા પ્રગટ થયેલા લેખ નો સમાવેશ કર્યો છે .આ માટે વિવિધ સંદર્ભ સાહિત્ય નો ઉપયોગ કર્યો છે , જેની ખાસ નોંધ લેજો

સ્વીકૃતિઓ

આ પુસ્તક માટે મેં વિવિધ લેખ આધારિત માહિતી વિકિપીડિયા ,લેખ ને લાગતા આવેલા વિવિધ અખબારી અહેવાલ અને જે તે લેખક ના લેખ ના સંદર્ભો નો સહારો લીધો છે તે સૌ નો હું આભાર માનું છું .

અનુક્રમણિકા

1

દક્ષિણપૂર્વમાં હિંદ મહાસાગર પ્રશાંત હિંદ અને પેસિફિક મહાસાગર એકબીજાને મળે છે

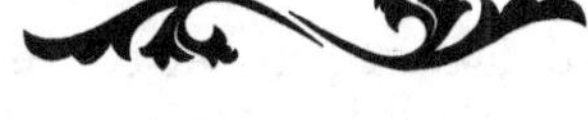

મિત્રો આ બે મહાસાગર વિશે ઘણું બધું લખાયું છે મેં વિવિધ સંધભો નો ઉપયોગ કરીને. માત્ર માહિતી આપવાનો પ્રયાશ કર્યો છે જેની નોંધ લેવા વિનંતી છે પ્રશાંત મહાસાગર વિશ્વનો સૌથી મોટો મહાસાગર છે. તે ઉત્તરમાં આર્કટિક મહાસાગરથી એન્ટાર્કટીકા સુધી વ્યાપેલો છે અને પશ્ચિમમાં એશિયા અને ઑસ્ટ્રેલિયા અને પૂર્વમાં અમેરિકા ખંડની વચ્ચે આવેલો છે.

પ્રશાંત મહાસાગરનો કુલ જળ વિસ્તાર ૧૬,૫૨,૫૦,૦૦૦ ચોરસ કિમી છે, જે દુનિયાના જળવિસ્તારનો ૪૬% અને દુનિયાના કુલ ભૂવિસ્તારનો ૩૨% જેટલો છે.

ફિલિપાઇન્સ પાસેના મરિના ટ્રેન્ચ પાસે તે ૧૦,૯૨૮ મીટર જેટલો ઊંડો છે અને તે દુનિયાની સૌથી વધુ ઊંડી જગ્યા છે.

આ મહાસાગરમાં અનેક નાના મોટા સમુદ્રો જેવાકે જાપાનનો સમુદ્ર, દક્ષિણ ચીનનો સમુદ્ર, ફિલિપાઇન્સનો સમુદ્ર, કોરલ સમુદ્ર, તાસ્માન સમુદ્ર અને ઓખોટસ્ક સમુદ્ર આવેલા છે.

પોર્ટુગીઝ અને સ્પેનિશ ભાષામાં તેનો અર્થ શાંત મહાસાગર થાય છે. આ મહાસાગર અમેરિકા ખંડને એશિયા અને ઓસ્ટ્રેલિયા ખંડથી છુટા પાડે છે.

પ્રશાંત મહાસાગરને કાંઠે દુનિયાના ઘણા મોટા અને આર્થિક રીતે સમૃદ્ધ એવા અમેરિકા, ચીન, જાપાન, ઓસ્ટ્રેલિયા, કોરિયા, ચીલી, કેનેડા, મલેશિયા, ઇન્ડોનેશિયા, વિયેતનામ, રશિયા, થાઇલેન્ડ અને ન્યુઝીલેન્ડ જેવા દેશો આવેલા છે.

ઓકલેન્ડ, બેંકોક, બુસાન, ગ્વાન્ગઝો, હોંગકોંગ, લોસ એન્જેલસ, સાન ફ્રાન્સિસ્કો, સિએટલ, વાનકુવર, મનિલા, મેલબોર્ન, સીડની, ઓસાકા, નાગોયા, ટોક્યો, શાંઘાઈ, સિંગાપુર અને વ્લાડિવોસ્ટોક જેવા મોટા બંદરો પ્રશાંત મહાસાગરને કિનારે આવેલા છે.

આ પ્રશાંત મહાસાગર તે પૃથ્વીના દરિયાઇ પાણીની એકબીજા સાથે જોડાયેલ સિસ્ટમના ભાગોમાંનો એક ભાગ છે જે પૃથ્વી પરના સૌથી મોટા દરિયાઇ વિસ્તરણને આવરી લે છે જે 15,000 કિલોમીટરનો વિસ્તાર ધરાવે છે. તેનું વિસ્તરણ બેરિંગ સમુદ્રથી લઈને દક્ષિણ એન્ટાર્કટિકાના સ્થિર પાણી સુધી છે.

આ ઉપરાંત, કોલમ્બિયાના દરિયાકાંઠાના પ્રદેશમાં પહોંચ્યા ત્યાં સુધી પેસિફિક મહાસાગરના ટાપુ દેશ ઇન્ડોનેશિયાની આસપાસના સ્થળો પણ છે. પચીસ હજાર ટાપુઓ તેના પાણીમાં સ્થિત છે.

જે પાર્થિવ વિષુવવૃત્તની દક્ષિણ તરફ ઉભરે છે; તેથી, પેસિફિક મહાસાગરમાં સંયુક્ત અન્ય તમામ મહાસાગરો કરતાં વધુ ટાપુઓ શામેલ છે.

હિંદ મહાસાગર અથવા હિન્દ મહાસાગર વિશ્વમાં ત્રીજા ક્રમે આવતો સૌથી મોટો સમુદ્ર છે, અને પૃથ્વીની સપાટી પર રહેલા પાણીનો લગભગ ૨૦% જેટલો ભાગ એમાં સમાવિષ્ટ છે. ઉત્તરમાં ભારતીય ઉપખંડ સાથે,

પશ્ચિમમાં પૂર્વ આફ્રિકા સાથે, પૂર્વમાં હિન્દ-ચીન, સુંદા દ્વીપસમૂહ, ઓસ્ટ્રેલિયા સાથે અને દક્ષિણમાં દક્ષિણ(એન્ટાર્કટિક) મહાસાગર ઘેરાયેલો છે.

વિશ્વમાં આ એક માત્ર એવો મહાસાગર છે, જેનું નામ કોઇ દેશના (હિન્દુસ્તાન) નામ સાથે જોડાયેલું છે. સંસ્કૃત ભાષામાં આને રત્નાકર એટલે કે રત્ન ઉત્પન્ન કરનાર કહેવામાં આવે છે, જ્યારે પ્રાચીન હિંદુ ગ્રંથોમાં તેને હિન્દુ મહાસાગર કહેવામાં આવ્યો છે.

હિંદ મહાસાગરનો કુલ વિસ્તાર ૭૦,૫૬૦,૦૦૦ ચોરસ કિ.મી જેટલો છે[અને જાવાની ખાડી પાસે તે ૭૨૫૮ મીટર જેટલો ઊંડો છે, જે તેનો સૌથી ઊંડાણવાળો ભાગ છે.

અરબી સમુદ્ર, લક્ષદ્વીપ સમુદ્ર, આંદામાન સમુદ્ર, બંગાળનો ઉપસાગર અને રાતો સમુદ્ર આ મહાસાગરના ભાગ છે. સુએઝની નહેર રાતા સમુદ્ર દ્વારા આ મહાસાગરને ભુમધ્ય સમુદ્ર સાથે જોડે છે.

વિષુવવૃત્તની પાસે આવેલ હોવાથી દુનિયાના અન્ય મહાસાગરોની સરખામણીમાં તેનુ તાપમાન હુંફાળુ હોય છે, જેને કારણે આ મહાસાગર પરથી વાતા પવનો ભારતીય ઉપખંડમાં ખુબ માત્રામાં વરસાદ લાવે છે.

હિંદ મહાસાગરને કાંઠે આવેલ દેશોમા ભારત, બાંગ્લાદેશ, મ્યાનમાર, ઇન્ડોનેશીયા, મલેશિયા, શ્રીલંકા, ઇરાન, સાઉદી અરેબિયા,પાકિસ્તાન, ઓમાન, સંયુક્ત આરબ અમીરાત, ઇજિપ્ત, સોમાલીયા, કેન્યા,ટાન્ઝાનિયા, દક્ષિણ આફ્રિકા અને ઓસ્ટ્રેલિયા જેવા દેશો આવેલા છે.

એડેલેઇડ,પર્થ, મુબંઈ, ચેન્નઇ, કોલંબો, ચિતાગોંગ, દમામ, દારેસલામ, દોહા, દુબઇ, અબુધાબી, ડર્બન, કરાચી, કોલકાતા, મોમ્બાસા, મસ્કત અને સુએઝ જેવા અગત્યના બંદરીય શહેરો હિંદ મહાસાગરને કાંઠે આવેલા છે.

આ પ્રશાંત મહાસાગર તે પૃથ્વીના દરિયાઇ પાણીની એકબીજા સાથે જોડાયેલ સિસ્ટમના ભાગોમાંનો એક ભાગ છે જે પૃથ્વી પરના સૌથી મોટા દરિયાઇ વિસ્તરણને આવરી લે છે.

જે 15,000 કિલોમીટરનો વિસ્તાર ધરાવે છે એવા રેકોર્ડ્સ છે કે આ મહાસાગરને જોનારા પ્રથમ યુરોપિયન વાસ્કો નેઝ ડી બાલ્બોઆ

(1475 - 1519) હતા, જે એક સ્પેનિશ સંશોધક અને ઉમદા વ્યક્તિ હતા.

પનામાના ઇસ્થમસને પાર કર્યા પછી બાલ્બોઆને આ મહાસાગર વિશે જાણ થઈ, જેણે તેને 1513 માં સ્પેનિશ રાજાઓ વતી આ દરિયાઇ ક્ષેત્રનો કબજો લેવાની પ્રેરણા આપી. તેણે તેનું નામ "દક્ષિણનું સમુદ્ર" રાખ્યું.

પાછળથી, સ્પેનિશ ક્રાઉન દ્વારા નાણાં પૂરા પાડવામાં આવતા પૃથ્વીના પરિભ્રમણ દરમિયાન પ્રખ્યાત પોર્ટુગીઝ સંશોધનકાર ફર્નાન્ડો ડે મેગાલેનેસ (1480 - 1521) એ આ જળનું નામ "પેસિફિક" ના નામથી રાખવાનું નક્કી કર્યું, કારણ કે તેમની સફર દરમિયાન તેમને દરિયાઇ પ્રવાહોમાં કોઈ સમસ્યા ન હતી. છે,

જો કે, આ સમુદ્ર હંમેશાં શાંત રહેતો નથી કારણ કે વાવાઝોડા, ટાયફૂન અને તે પણ નોંધપાત્ર જ્વાળામુખી અને સિસ્મિક પ્રવૃત્તિ કેટલીક નિયમિતતા સાથે વિકસે છે.

આ તમામ ઘટનાઓ આ પાણીમાં સ્થિત ટાપુઓ, તેમજ કેટલાક ખંડોના દરિયાકિનારોને ફટકારે છે.

આ મહાસાગર ભારતના દરિયાકાંઠે છે કારણ કે હિંદ મહાસાગરના પાણી આ દેશના દરિયાકિનારાને સ્નાન કરે છે. એ નોંધવું જોઇએ કે પૃથ્વી પરની પ્રથમ સંસ્કૃતિઓ આ સમુદ્રની આસપાસ, નાઇલ, યુફ્રેટિસ, ટાઇગ્રીસ અને સિંધુ નદીઓની સાથે જ સ્થિર થઈ હતી.

ત્યાં મેસોપોટેમીયા અને પ્રાચીન ઇજિપ્તના સમુદાયો ગર્ભાવસ્થામાં હતા.બાદમાં હિંદ મહાસાગરમાં વહેતી નદીના પ્રવાહથી પર્શિયા, આર્મેનિયા અને એશિયા જેવા અન્ય દેશોના જન્મની પણ મંજૂરી મળી.હિંદ મહાસાગરની મુખ્ય લાક્ષણિકતાઓમાંની એક એ છે કે તેની પ્રવાહો એકદમ શાંત છે,

જેના કારણે પ્રશાંત અથવા એટલાન્ટિકની તુલનામાં વ્યાપારી અને દરિયાઇ પ્રવૃત્તિઓ સ્થાપિત કરવી શક્ય થઈ.આ ઉપરાંત, શરૂઆતના સમયથી આ દરિયાઇ પ્રદેશના ચોમાસાને ઓળખવું શક્ય હતું,

જેણે તેના સંશોધકને પણ ઝડપી બનાવ્યું હતું. , હિંદ મહાસાગર પ્રથમ સંસ્કૃતિના વિકાસને મંજૂરી આપી હતી. તેથી, આ દરિયાઇ ક્ષેત્રના પાણી અન્ય મહાસાગરોના લાંબા સમય પહેલા જાણીતા અને

શોધાયેલા હતા.

આ સમુદ્ર દ્વારા પ્રથમ અભિયાનો ઇજિપ્તના પ્રથમ રાજવંશમાં હાથ ધરવામાં આવ્યા હતા, લગભગ 3000 એ.

શોધકર્તાઓએ ઇજિપ્તની ભૂમિઓને પન્ટમાં લેન્ડફોલ બનાવવા માટે છોડી દીધી, જે હવે સોમાલિયા છે. આ સફરમાંથી ઇજિપ્તવાસીઓ તેમની બોટ સાથે મેર અને સોનાથી ભરેલા પાછા ફર્યા.

તેવી જ રીતે, સિંધુ ખીણ અને મેસોપોટેમીયા વચ્ચેનો પ્રથમ વ્યાપારી સંબંધ લગભગ 2500 બીસી પૂર્વે આ સમુદ્રની સાથે થયો હતો. બીજો સદી બીસીની વચ્ચે, હિંદ મહાસાગરને પાર કરનાર પ્રથમ ગ્રીક યુડોક્સો ડે કેક્લિકો હતો.

સી. અને 1 લી સદી પૂર્વે. સી.કોક્લિકોએ ભારતના અજાયબીઓને જાણવા માટે આ પરાક્રમ કર્યો હતો.અન્ય એક મહત્વપૂર્ણ ગ્રીક નેવિગેટર હિપ્લસ હતો.

આ પ્રવાસીએ અરેબિયાથી ભારતનો સીધો રસ્તો કાઢ્યો હતો.ચીનોએ હિંદ મહાસાગરમાં વેપાર અને રાજકીય માર્ગો પણ વિકસિત કર્યા.

1405 અને 1433 ની વચ્ચે, એડમિરલ ઝેંગે પૂર્વ આફ્રિકાના દરિયાકાંઠાના વિસ્તારોમાં આવવા માટે હિંદ મહાસાગરમાં નોંધપાત્ર સંખ્યામાં મિંગ રાજવંશના જહાજોનું નેતૃત્વ કરવાનું નક્કી કર્યું.

1497 માં, પોર્ટુગીઝ સંશોધનકાર વાસ્કો ડા ગામાએ કેપ Goodફ ગુડ હોપને સ્કર્ટ કરવામાં સફળ બનાવ્યું, જેના કારણે તે દૂર પૂર્વ તરફ પ્રયાણ કરનારો પ્રથમ યુરોપિયન બન્યો.પોર્ટુગીઝ લોકોએ આ માર્ગનો ઉપયોગ સમુદ્રમાં વેપાર કરવા માટે કર્યો હતો.

જો કે, પાછળથી અન્ય યુરોપિયન શક્તિઓએ તેમના વ્યાપારી ડોમેન્સનો નિયંત્રણ લઈ લીધો.પેસિફિક મહાસાગર જે એન્ટાર્કટિક ક્ષેત્રથી લઈને .

ખાસ કરીને દક્ષિણ ભાગમાં - આર્ક્ટિકની ઉત્તરે છે. તેવી જ રીતે, તેનું પાણી પશ્ચિમ ઓસ્ટ્રેલિયા અને એશિયા તરફ વિસ્તર્યું છે: તેઓ પૂર્વ તરફ અમેરિકન ખંડની દક્ષિણ અને ઉત્તર તરફ પહોંચે છે.

પેસિફિકના પાણી અલાસ્કામાં બેરિંગ સમુદ્ર અને એન્ટાર્કટિકામાં સ્થિત રોસ સમુદ્રને મળે છે. તે જ રીતે, આ સમુદ્ર ડ્રેક પેસેજમાંથી

પસાર થતાં બેરિંગ સ્ટ્રેટ અને મેરેલનની સ્ટ્રેટ ઓફ મેજેલનને આભારી એટલાન્ટિક મહાસાગરના પ્રવાહો સાથે જોડાયેલ છે.

જ્યારે હિંદ મહાસાગર દક્ષિણ ભારત અને ઓશનિયા, પૂર્વ આફ્રિકા અને ઉત્તર એન્ટાર્કટિકા વચ્ચે સ્થિત છે.

પરિણામે, આ સમુદ્ર ઉત્તર તરફ બાંગ્લાદેશ, પાકિસ્તાન, ભારત અને ઈરાન સાથે મર્યાદિત છે, જ્યારે પૂર્વમાં તે સુન્ડા આઇલેન્ડસ (ઇન્ડોનેશિયા), મલય દ્વીપકલ્પ અને ઓસ્ટ્રેલિયા સાથે જોડાય છે.

દક્ષિણમાં તે એન્ટાર્કટિકાની સરહદ અને પશ્ચિમમમાં અરેબિયન દ્વીપકલ્પ સાથે સરહદે છે.તેવી જ રીતે, તે દક્ષિણ પશ્ચિમમાં એટલાન્ટિક મહાસાગરના પ્રવાહો સાથે જોડાય છે, જ્યારે દક્ષિણમાં તે દક્ષિણ આફ્રિકાના દરિયાકાંઠે સ્નાન કરે છે.

બીજી તરફ, દક્ષિણપૂર્વમાં હિંદ મહાસાગર પ્રશાંત હિંદ અને પેસિફિક મહાસાગર એકબીજાને મળે છે જરૂર, પણ દેખાય છે અલગ આ નજારો જોઈને લોકોની આંખો પહોળી થઈ જાય છે.

કેટલાક લોકો તો તેને ચમત્કાર માને છે. જોકે તેનું અસલી કારણ જાણવું દિલચસ્પ છે. અહીં થાય છે બે મહાસાગરનું મિલન!

આ દુનિયામાં રહેલા સાત અલગ અલગ ખંડ અને તેમની વચ્ચે ફેલાયેલા પાંચ મહાસાગર આ ધરતીને ખૂબ જ વિવિધતા અને સુંદરતા પ્રદાન કરે છે.

આમ તો આ વાત કદાચ જાણતા જ હશો કે હિંદ મહાસાગર અને પેસિફિક મહાસાગર અલાસ્કાની ખાડીમાં એકબીજાને મળે છે.

પણ શું તમને ખબર છે કે, આ બંનેના મિલનનો આ નજારો દુનિયામાં સૌથી અનોખો છે, કારણ કે તે બે મહાસાગરોનું પાણી એકબીજા ન ભળતાં બિલકુલ અલગ અલગ રંગોનું દેખાય છે.

હિંદ અને પેસિફિક મહાસાગરની આ સરહદો પર પાણીના અલગ અલગ રંગ સ્પષ્ટ દેખાય છે. આ જગ્યાની કેટલીક સુંદર તસવીરો 2010માં ઇન્ટરનેટ પર ખૂબ વાઇરલ થઈ હતી. આ તસવીરો કેન્ટ સ્મિથે લીધી હતી.

પાણી અલગ અલગ દેખાવનું આ છે કારણ બંને મહાસાગરોનું પાણી એકબીજાથી બિલકુલ અલગ દેખાવા પાછળ જે કારણ છે, તે પાણીનું ઘનત્વ અને તેના તાપમાન સહિત ઘણી વસ્તુઓ સાથે

જોડાયેલું છે.

આ બંને મહાસાગરોના દેખાતા અલગ અલગ પાણી અંગે વિજ્ઞાનીઓ દ્વારા અત્યાર સુધીમાં ઘણાં રિસર્ચ થઈ ચૂક્યાં છે અને ફાઇનલી વૈજ્ઞાનિકોએ આ નિષ્કર્ષ કાઢ્યો છે.

વૈજ્ઞાનિકોનું માનવું છે કે, આ જગ્યાએ ખારા અને મીઠા પાણીનું અલગ અલગ ધનત્વ છે અને તેમાં રહેલા લવણ તથા તેમના તાપમાન અલગ અલગ હોવાને કારણે આ બંને પાણી એકબીજામાં સંપૂર્ણપણે ભળી શકતા નથી.

પેસિફિક મહાસાગરનું પાણી ગ્લેશિયરમાંથી આવવાને કારણે હળવું આસમાની અને મીઠારહિત હોય છે, જ્યારે હિંદ મહાસાગરનું પાણી ખૂબ જ ખારું હોય છે. સમુદ્રની અંદર ભલે બંને મહાસાગરનું પાણી સંપૂર્ણપણે ભળી જતું હોય.

પણ ઉપરની સપાટીએ આ બંને મહાસાગરોના વિપરીત ધનત્વ ધરાવતા પાણીના ઘર્ષણથી કેટલુંક ફીણ ઉત્પન્ન થતું રહે છે અને આ ફીણ સપાટી પર એક બોર્ડર જેવું દેખાય છે.

સૂર્યના પ્રકાશમાં ખારા અને મીઠા પાણીના અલગ અલગ ધનત્વને કારણ બંને પાણીનો રંગ એકબીજાથી બિલકુલ અલગ અલગ નજરે પડે છે.

હિંદ મહાસાગર અને પેસિફિક મહાસાગરના આ મિલન સ્થળ પર પાણીની દીવાલ અને અલગ અલગ રંગોના પાણીના આ નજારો ખરેખર દુનિયા માટે ચોંકાવનારો છે.

ઘણા લોકો આને ચમત્કાર માને છે તો કેટલાક લોકો તેને કેટલીક ધાર્મિક માન્યતાઓ સાથે પણ જોડે છે.

જોકે વૈજ્ઞાનિકોના અનુસાર, આવું બિલકુલ પણ નથી અને આ બંને મહાસાગર ક્યાંય ને ક્યાંક જઈને એકબીજાને મળી જ જાય છે.

માત્ર ઉપરની સપાટી પર અલગ અલગ ધનત્વ ધરાવતા પાણીના ઘર્ષણને કારણે પેદા થતી દીવાલ બંને મહાસાગરનો અલગ અલગ દર્શાવે છે.

સંદર્ભ : (હિંદ મહાસાગર)

1. બ્રિસેનો, જિ. (એસ. એફ.) *હિંદમહાસાગર.* 17 જુલાઈ, 2019 ના રોજ યુસ્ટનથી પ્રાપ્ત: euston96.com

2. મક્વિઝ, જે. (એસ. એફ.) *મહાસાગરોનીરચનાકેવીરીતેથઈ?* યુનિવસી મેરિનો: universomarino.com થી 17 જુલાઈ, 2019 ના રોજ સુધારેલ

3. એસ.એ. (એસ.એફ.) *હિંદમહાસાગર. માહિતી અને લાક્ષણિકતાઓ.* જીઓએન્સિકલોપીડિયા: જિયોએન્સિકલોપીડિયા ડોટ કોમથી 17 જુલાઈ, 2019 ના રોજ સુધારેલ

4. એસ.એ. (એસ.એફ.) *હિંદમહાસાગર.* જુલાઈ 17, 2019 ના રોજ એકચ્યુરેડથી પ્રાપ્ત થયું: ઇકચ્યુર.કોડ

5. એસ.એ. (એસ.એફ.) *હિંદમહાસાગર.* 17. જુલાઈ, 2019 ના રોજ વિકિપીડિયા: es.wikedia.org પરથી પ્રાપ્ત થયું https://gu.warbletoncouncil.org/oceano-indico-2968

સંદર્ભ: (પેસિફિક મહાસાગર)

1. બ્રિસેનો, જિ. (એસ. એફ.) *પ્રશાંતમહાસાગર.* 16 જુલાઈ, 2019 ના રોજ યુસ્ટનથી પ્રાપ્ત: euston96.com

2. બુકોટ, ઇ. (2018) *ભૌગોલિકરચનાઅનેપ્રશાંતમહાસાગરનીમાળખાકીયસુવિધાઓ.* 16 જુલાઇ, 2019 ના રોજ વોયેજથી પ્રાપ્ત થયેલ: voyagesphotosmanu.com

3. ચૌ, એમ. (2018) *ક્લિપરટનઆઇલેન્ડ, એકહોરરસ્ટોરી.* માર્કિનોસ મેક્સિકો: 16 માર્ચ, 2019 ના રોજ સુધારેલ: marcianosmx.com

4. મ્યુનિસિઓ, વાય. (2016) *પ્રશાંતનીશાંતિપૂર્ણમૂળ.* 16 જુલાઇ, 2019 ના રોજ ક્વો: ક્વોઝ

5. એ. (એસ.એફ.) *પેસિફિકબેસિન.* 16. જુલાઈ, 2019 ના રોજ વિકિપીડિયા: એ.એસ.વીકી.પી.એ.પી.

6. એ. (એસ.એફ.) *પ્રશાંતમહાસાગર.* 16. જુલાઈ, 2019 ના રોજ વિકિપીડિયા: એ.એસ.વીકી.પી.એ.પી.

7. વાલ્ડેરે, એમ. (2019) *લાલશેવાળ.* 16 જુલાઈ, 2019 ના રોજ એસ્ટુરનાટુરાથી પ્રાપ્ત થયું: asturnatura.com

8. https://gu.warbletoncouncil.org/oceano-indico-2968

2

નેનો ટેકનોલોજિ એ માનવજીવન ને કેવી રીતે સમૃદ્ધ બનાવ્યું છે ?

મિત્રો દરરોજ આપણે અનિવાર્ય ક્રાંતિની નજીક આવી રહ્યા છીએ જે નેનો ટેકનોલોજિ લાવે છે. અમે નવા ઉપકરણો બનાવીએ છીએ, અનન્ય સામગ્રી મેળવીએ છીએ જેના વિશે આપણે પહેલાં વિચાર્યું ન હોય. રોજિંદા જીવનમાં નેનો ટેકનોલોજિના ઉપયોગથી આપણને પરિચિત વસ્તુઓના આકારમાં ફેરફાર કરવાનું શક્ય બન્યું છે.

પરિણામે, અમને પદાર્થના સંપૂર્ણપણે અલગ, પરંતુ ઉપયોગી ગુણધર્મો મળ્યા. આપણી આસપાસની વાસ્તવિકતા ઓછી ખતરનાક અને આરામદાયક જીવન માટે વધુ અનુકૂળ બને છે.

એક સારું ઉદાહરણ એ છે કે ઉપયોગમાં લેવાતા વિદ્યુત ઉપકરણોના સામાન્ય પરિમાણોને માનવ આંખ માટે અદ્રશ્ય એવા નેનોપાર્ટિકલ્સના કદમાં ઘટાડો. કમ્પ્યુટર નાના થઈ રહ્યા છે, પરંતુ વધુ શક્તિશાળી. રોજિંદા જીવનમાં અને ઉદ્યોગમાં નેનો ટેકનોલોજિએ આપણી આસપાસની દરેક વસ્તુને નોંધપાત્ર રીતે બદલી નાખી છે.

શું કૃત્રિમ બુદ્ધિનું એક સ્વરૂપ બનાવવું શક્ય છે જે આપણી કોઈપણ જરૂરિયાતોને સંતોષી શકે? જવાબ નવીનતમ વિકાસના તર્કસંગત એપ્લિકેશનમાં રહેલો છે. નેનોટેકનોલોજિ એ ભવિષ્યનો માર્ગ છે, કારણ કે તે આપણા જિવનના તમામ પાસાઓને અસર કરે છે. નેનો ટેક્નોલોજિનો ઉપયોગ ઘણી તકો પૂરી પાડે છે, પરંતુ ઘણી ચિંતાઓ પણ ઉભી કરે છે.

ઇલેક્ટ્રોન માઇક્રોસ્કોપ તમને માઇક્રોકોઝમમાં જોવાની મંજૂરી આપે છે. રોજિંદા જીવનમાં ખાસ સાધનો વિના તરત જ નેનો ટેક્નોલોજિની નોંધ લેવી ખૂબ જ મુશ્કેલ છે, કારણ કે તે એટલી નાની છે કે તે નરી આંખે અસ્પષ્ટ છે.

તે આવા સ્કેલ પર છે કે પદાર્થી સૌથી અસામાન્ય અને અનપેક્ષિત ગુણધર્મી દર્શાવે છે. આવા ગુણધર્મીનો ઉપયોગ અનન્ય તકનીકી ક્રાંતિનું વચન આપે છે. તેઓ આમૂલ નવી શક્યતાઓ પ્રદાન કરે છે, જેમ કે માનવ શરીર અને પર્યાવરણને નિયંત્રિત કરવું.

નેનોટેકનોલોજિના ઉદભવનો ઇતિહાસ:

સદીના 80 ના દાયકામાં સ્કેનિંગ (STM) નામના સાધનની શોધ સાથે શરૂ થાય છે. પ્રોફેસર જેમ્સ જિમ્ઝેવસ્કીએ તેમનું સમગ્ર વ્યાવસાયિક જીવન નેનોસ્કેલની દુનિયામાં વિતાવ્યું છે.

તે વિશ્વના એવા પ્રથમ લોકોમાંના એક છે જેમને અદ્ભુત રીતે નાના મૂલ્યો, મિલિમીટરના મિલિયનમાં સ્તરે દ્રવ્યનો અભ્યાસ કરવાની તક મળી. આ સૂક્ષ્મદર્શક યંત્રો એ જ રીતે સપાટીનો અભ્યાસ કરવાનું શક્ય બનાવે છે જેમ કે અંધ લોકો વાંચે છે, પછી રોજિંદા જીવનમાં અને ઉદ્યોગમાં નેનોટેકનોલોજિ કેટલી ઉપયોગી થશે એવી કોઈને શંકા ન હતી.

નેનોપાર્ટિકલ્સ સાથે કામ કરવાનો સિદ્ધાંત:

સ્કેનિંગ માઈક્રોસ્કોપ એ પ્રોબનો ઉપયોગ કરે છે જે સોય 1 અણુ જાડા હોય છે. જ્યારે તે નમૂનામાંથી માત્ર થોડા નેનોમીટરની નજીક આવે છે, ત્યારે નજીકના નેનોપાર્ટિકલ સાથે ઇલેક્ટ્રોનની વિનિમય થાય છે. આ ઘટનાને ટનલ અસર કહેવામાં આવે છે. કંટ્રોલ સિસ્ટમ ટનલિંગ વર્તમાનમાં ફેરફારને શોધી કાઢે છે, અને હવે,

આ માહિતીના આધારે, અભ્યાસ હેઠળના નમૂનાની સપાટીની ટોપોગ્રાફીનું વધુ સચોટ બાંધકામ હાથ ધરવામાં આવે છે. સૉફ્ટવેર ડેટાને ઇમેજમાં રૂપાંતરિત કરવાની મંજૂરી આપે છે જે વૈજ્ઞાનિકોને રોજિંદા જીવનમાં અને અન્ય ઉદ્યોગોમાં નેનો ટેકનોલોજીનો ઉપયોગ કરીને નવી દુનિયાની ચાવી આપે છે.

જેમ્સ ડીઝિમઝેવસ્કીના જણાવ્યા મુજબ, સ્કેનિંગ ઇલેક્ટ્રોન માઇક્રોસ્કોપને આભારી, વૈજ્ઞાનિકોએ પ્રથમ વખત અણુઓ અને પરમાણુઓની છબીઓ મેળવી અને તેમના આકારનો અભ્યાસ કરવામાં સક્ષમ હતા.

વિજ્ઞાનમાં આ એક વાસ્તવિક ક્રાંતિ હતી, કારણ કે વિજ્ઞાનીઓએ ઘણી વસ્તુઓને સંપૂર્ણપણે અલગ રીતે જોવાનું શરૂ કર્યું, વ્યક્તિગત પરમાણુના ગુણધર્મો પર ધ્યાન આપીને, લાખો અને અબજો કણો પર નહીં, જેમ કે ભૂતકાળમાં બન્યું હતું.

પ્રથમ શોધો

નવી ટેકનોલોજીના ઉપયોગથી ચોંકાવનારી શોધ થઈ. જ્યારે ઉપકરણ 1 નેનોમીટરના અંતરે અણુની નજીક પહોંચ્યું, ત્યારે તેની અને અણુ વચ્ચે એક બોન્ડ ઉભો થયો. આ સુવિધાએ વ્યક્તિગત માઇક્રોપાર્ટિકલ્સને ખસેડવાની રીત શોધવાનું શક્ય બનાવ્યું. આ શોધ માટે આભાર, આરામદાયક જીવન માટે નેનો ટેકનોલોજીનો ઉપયોગ કરવાનું શક્ય બન્યું.

જેમ્સ જિમઝેવસ્કી, કેલિફોર્નિયા યુનિવર્સિટીના પ્રોફેસર, સમજાવે છે તેમ, ટનલિંગ સ્કેનિંગ માઇક્રોસ્કોપથી અણુઓ અને અણુઓને વ્યવહારીક રીતે સ્પર્શ કરવાનું શક્ય બન્યું છે. પ્રથમ વખત, વૈજ્ઞાનિકો દ્રવ્યની સપાટી પરના અણુઓની હેરફેર કરી શક્યા છે અને અગાઉ અકલ્પનીય એવા બંધારણો બનાવી શક્યા છે.

આ નવી શોધ (દ્રવ્ય બનાવતા નાનામાં નાના કણોનું અવલોકન કરવાની અને તેની સાથે ચાલાકી કરવાની ક્ષમતા) એ અપવાદ વિના તમામ ઉદ્યોગોમાં નેનોટેકનોલોજીનો ઉપયોગ કરવાનું શક્ય બનાવ્યું.

નેનો ટેકનોલોજીનો વિકાસ

ભૌતિકશાસ્ત્રી અને ફિલસૂફ એટીન ક્લીન માને છે કે નેનો ટેકનોલોજીના કારણે તકનીકી પ્રગતિની શક્યતા તદ્દન વાસ્તવિક છે,

પરંતુ આ મોટે ભાગે વૈજ્ઞાનિકના ઉત્સાહ પર આધારિત છે.

ભૌતિકશાસ્ત્રી અને ફિલસૂફ એટીન ક્લીન કહે છે તેમ, અણુઓના અસ્તિત્વની પ્રાયોગિક પુષ્ટિની ક્ષણથી તેઓ તેમની સાથે ચાલાકી કરી શક્યા ત્યાં સુધી 100 વર્ષથી ઓછ સમય વીતી ગયા છે. વૈજ્ઞાનિકો સમક્ષ એવી તકો ખુલે છે કે જેના વિશે તેઓ પહેલા વિચારી પણ નહોતા શકતા.

ફક્ત આનો આભાર, તમામ વિકસિત દેશોની સરકારે સંબંધિત વિજ્ઞાનમાં રસ બતાવવાનું શરૂ કર્યું. આ બધું 2002 માં ભૌતિકશાસ્ત્રીઓ રોકા અને બેનબ્રિજ દ્વારા અમેરિકન પહેલથી શરૂ થયું હતું. આ વૈજ્ઞાનિકોને એવો ઉન્મત્ત વિચાર આવ્યો કે નેનો ટેક્નોલોજીને કારણે માનવજાત તેની સામે આવતી તમામ સમસ્યાઓનું સમાધાન કરી શકશે.

આ વિધાન અસંખ્ય અભ્યાસોની શરૂઆત માટે પ્રોત્સાહન હતું જેણે માઇક્રોઇલેક્ટ્રોનિક્સ, કોમ્પ્યુટર સાયન્સ, ન્યુક્લિયર એનર્જી રિસર્ચ, માઇક્રોબાયોલોજી, લેસર ટેક્નોલોજી, મેડિસિન અને ઘણું બધું જેવા વિજ્ઞાન અને ટેક્નોલોજીના અદ્યતન ક્ષેત્રોને અમલમાં મૂકવાનું શક્ય બનાવ્યું.

નેનો ટેકનોલોજી: ઉદાહરણો

રોજિંદા જીવનમાં ઘણા અગોચર, પરંતુ ખૂબ જ મહત્વપૂર્ણ પદાર્થો છે, જેની હાજરીની આપણને શંકા પણ નથી! ચાલો સૌથી આકર્ષક ઉદાહરણો જોઈએ:

ટૂથપેસ્ટ. પહેલાં, કોઈએ વિચાર્યું ન હતું કે દાંત માટે ક્લીન્સર શા માટે અલગ છે. આ બધું ચોક્કસ નેનોપાર્ટિકલ્સની હાજરીને કારણે છે. ઉદાહરણ તરીકે, કેલ્શિયમ હાઇડ્રોક્સાપેટાઇટ, જે નરી આંખે અદ્રશ્ય છે, તે ક્ષતિગ્રસ્ત દંતવલ્કને પુનઃસ્થાપિત કરવામાં અને દાંતને અસ્થિક્ષયથી બચાવવામાં મદદ કરે છે.

કાર પેઇન્ટ. આધુનિક કાર પેઇન્ટ, નેનોપાર્ટિકલ્સનો આભાર, શરીર પર બનેલા છીછરા સ્ક્રેચ અને અન્ય પોલાણને આવરી લેવામાં સક્ષમ છે. તેમાં માઇક્રોસ્કોપિક બોલનો સમાવેશ થાય છે, જે આવી અસર પ્રદાન કરે છે.

બ્રિટીશ મેગેઝિન ન્યૂ સાયન્ટિસ્ટની સાઇટ પર, નેનોટેકનોલોજિ વિશેની મૂળભૂત માહિતી ખૂબ જ અનુકૂળ સ્વરૂપમાં રજૂ કરવામાં આવી છે - વારંવાર પૂછાતા પ્રશ્નોના જવાબોના સ્વરૂપમાં, dp.ru લખે છે.

નેનો ટેકનોલોજિ શું છે?

"નેનો ટેકનોલોજિ" શબ્દને વૈજ્ઞાનિક અને ઈંજનેરી શાખાઓના સંકુલ તરીકે સમજવો જોઈએ જે અણુ અને મોલેક્યુલર સ્કેલ પર થતી પ્રક્રિયાઓનો અભ્યાસ કરે છે. નેનો ટેક્નોલોજિમાં સામગ્રી અને ઉપકરણોની હેરફેરનો સમાવેશ થાય છે.

જેથી કંઈ નાનું હોઈ શકે. નેનોપાર્ટિકલ્સ વિશે વાત કરતી વખતે, તેનો અર્થ સામાન્ય રીતે 0.1 nm થી 100 nm સુધીના કદનો થાય છે. નોંધ કરો કે મોટાભાગના અણુઓના પરિમાણો 0.1 થી 0.2 nm સુધીની રેન્જમાં આવેલા છે, DNA પરમાણુની પહોળાઈ લગભગ 2 nm છે, રક્ત કોષનું લાક્ષણિક કદ લગભગ 7500 nm છે, અને માનવ વાળ 80,000 nm છે.

શા માટે નાના પદાર્થી નેનોસ્કેલ સ્તરે આવા વિશિષ્ટ ગુણધર્મી પ્રાપ્ત કરે છે? ઉદાહરણ તરીકે, સોના અને ચાંદીના અણુઓના નાના જૂથો (જેને ક્લસ્ટર કહેવાય છે) અનન્ય ઉત્પ્રેરક ગુણધર્મી દર્શાવે છે, જ્યારે મોટા નમૂનાઓ સામાન્ય રીતે નિષ્ક્રિય હોય છે. અને સિલ્વર નેનોપાર્ટિકલ્સ અલગ એન્ટિબેક્ટેરિયલ ગુણધર્મી દર્શાવે છે અને તેથી સામાન્ય રીતે નવા પ્રકારના ડ્રેસિંગમાં ઉપયોગમાં લેવાય છે.

જેમ જેમ કણોનું કદ ઘટે છે તેમ, સપાટીથી વોલ્યુમ ગુણોત્તર વધે છે. આ કારણોસર, નેનોપાર્ટિકલ્સ રાસાયણિક પ્રતિક્રિયાઓમાં વધુ સરળતાથી પ્રવેશ કરે છે. વધુમાં, ક્વોન્ટમ ભૌતિકશાસ્ત્રની અસરો 100 nm ની નીચે દેખાય છે. ક્વોન્ટમ અસરો અણધારી રીતે સામગ્રીના ઓપ્ટિકલ, વિદ્યુત અથવા ચુંબકીય ગુણધર્મીને અસર કરી શકે છે.

કેટલાક પદાર્થીના નાના સ્ફટિકીય નમૂનાઓ મજબૂત બને છે કારણ કે તેઓ ફક્ત એવા બિંદુએ પહોંચે છે જ્યાં તેઓ બળને આધિન હોય ત્યારે મોટા સ્ફટિકોની જેમ વિખેરાઈ શકતા નથી. ધાતુઓ કેટલીક બાબતોમાં પ્લાસ્ટિકની સમાન બની જાય છે.

નેનો ટેક્નોલોજિના ઉપયોગની સંભાવનાઓ શું છે?

1986 માં, ભવિષ્યવાદી એરિક ડ્રેસલરે એક યુટોપિયન ભવિષ્યની કલ્પના કરી હતી જેમાં સ્વ-પ્રતિકૃતિ (એટલે કે, સ્વ-પ્રજનન) નેનોરોબોટ્સ સમાજની જરૂરિયાતોનું તમામ કાર્ય કરે છે.

આ નાના ઉપકરણો માનવ શરીરને અંદરથી રિપેર કરવામાં સક્ષમ છે, જે લોકોને વર્ચ્યુઅલ રીતે અમર બનાવે છે. નેનોરોબોટ્સ પર્યાવરણમાં મુક્તપણે ફરી શકે છે, જે તેમને આ વાતાવરણમાં પ્રદૂષણ સામેની લડાઈમાં અનિવાર્ય બનાવે છે.

એવી અપેક્ષા રાખવામાં આવે છે કે નેનો ટેકનોલોજિ કોમ્પ્યુટર ટેક્નોલોજિમાં, દવામાં તેમજ લશ્કરી બાબતોમાં નોંધપાત્ર સફળતા પ્રદાન કરશે.

દાખલા તરીકે, મેડિકલ સાયન્સે નાના "નેનોબોમ્બ"માં કેન્સરગ્રસ્ત પેશીઓમાં દવાઓ સીધી પહોંચાડવાની રીતો વિકસાવી છે. ભવિષ્યમાં, નેનોડિવાઈસ ધમનીઓનું "પેટ્રોલ" કરી શકે છે, ચેપ સામે લડી શકે છે અને રોગ નિદાન પ્રદાન કરી શકે છે.

અમેરિકન વૈજ્ઞાનિકોએ અક્ષમ કેન્સરની ગાંઠોને શોધવા અને નાશ કરવા માટે ગોલ્ડ કોટેડ "નેનો-બુલેટ્સ" નો સફળતાપૂર્વક ઉપયોગ કર્યો છે. વૈજ્ઞાનિકોએ નેનોબુલેટને એન્ટિબોડીઝ સાથે જોડ્યા છે.

જે કેન્સરના કોષોનો સંપર્ક કરી શકે છે. જો "નેનોપુલ્સ" ઇન્ફ્રારેડની આવર્તન નજીક રેડિયેશનના સંપર્કમાં આવે છે, તો તેમનું તાપમાન વધશે, જે કાર્સિનોજેનિક પેશીઓના વિનાશમાં ફાળો આપે છે.

કેમ્બ્રિજ (યુએસએ)માં યુએસ આર્મી ફંડેડ ઇન્સ્ટિટ્યુટ ઓફ નેનોટેકનોલોજિના સંશોધકો મૂળભૂત રીતે નવા પ્રકારનો યુનિફોર્મ બનાવવા માટે નેનો ટેકનોલોજિનો ઉપયોગ કરી રહ્યા છે. તેમનો ધ્યેય એ પેશી બનાવવાનો છે જે રંગ બદલી શકે, બુલેટને ડિફ્લેક્ટ કરી શકે અને ઊર્જા વિસ્ફોટ કરી શકે અને હાડકાંને એકસાથે ગુંદર કરી શકે.

નેનો ટેકનોલોજિનો આજે ક્યાં ઉપયોગ થાય છે?

નેનો ટેક્નોલોજિનો ઉપયોગ પહેલાથી જ પર્સનલ કોમ્પ્યુટર, કેટાલિટીક કન્વર્ટર - આંતરિક કમ્બશન એન્જિનના તત્વો, લાંબી સર્વિસ લાઇફવાળા ટેનિસ બોલ,

તેમજ ઉચ્ચ-શક્તિ અને તે જ સમયે હળવા વજનના ટેનિસ રેકેટ્સ, કટીંગ માટેના સાધનો માટે હાર્ડ ડ્રાઇવ્સના ઉત્પાદનમાં

કરવામાં આવી રહ્યો છે. ધાતુઓ, સંવેદનશીલ ઇલેક્ટ્રોનિક સાધનો માટે એન્ટિસ્ટેટિક કોટિંગ્સ, બારીઓ માટે વિશેષ કોટિંગ્સ. સ્વ-સફાઈ માટે.

નેનોડિવાઈસ કેવી રીતે બનાવવામાં આવે છે?

હાલમાં, નેનોડિવાઈસના ઉત્પાદન માટે બે મુખ્ય પદ્ધતિઓ છે.

નીચે ઉપર. "પરમાણુથી પરમાણુ" ના સિદ્ધાંત પર નેનોડિવાઇસીસની એસેમ્બલી જે ઘરની એસેમ્બલી અથવા. સૌંદર્ય પ્રસાધનોમાં વપરાતા ટાઇટેનિયમ ડાયોક્સાઇડ અથવા આયર્ન ઓક્સાઇડ જેવા સાદા નેનોપાર્ટિકલ્સ રાસાયણિક સંશ્લેષણ દ્વારા મેળવી શકાય છે.

કહેવાતા એટોમિક ફોર્સ માઈક્રોસ્કોપ (અથવા સ્કેનિંગ ટનલીંગ માઈક્રોસ્કોપ) વડે વ્યક્તિગત અણુઓને ખેંચીને નેનોડિવાઈસ બનાવવાનું શક્ય છે, જે આવી પ્રક્રિયાઓ કરવા માટે પૂરતી સંવેદનશીલ હોય છે.

પ્રથમ વખત, આ તકનીક IBM નિષ્ણાતો દ્વારા દર્શાવવામાં આવી હતી - સ્કેનિંગ ટનલિંગ માઇક્રોસ્કોપનો ઉપયોગ કરીને, તેઓએ નિકલના નમૂનાની સપાટી પર તે મુજબ 35 ઝેનોન પરમાણુ ગોઠવીને સંક્ષેપ IBM મૂક્યો.

ઉપરથી નીચે. આ તકનીક ધારે છે કે અમે મેક્રોસ્કોપિક નમૂનાનો ઉપયોગ કરીએ છીએ અને, ઉદાહરણ તરીકે, એચિંગનો ઉપયોગ કરીને, અમે તેની સપાટી પર નેનોસ્કેલની લાક્ષણિકતાના પરિમાણો સાથે માઇક્રોઇલેક્ટ્રોનિક ઉપકરણોના સામાન્ય ઘટકો બનાવીએ છીએ.

શું નેનો ટેકનોલોજી માનવ સ્વાસ્થ્ય કે પર્યાવરણ માટે ખતરો છે?

નેનોપાર્ટિકલ્સની નકારાત્મક અસર વિશે એટલી બધી માહિતી નથી. 2003 માં, એક અભ્યાસ દર્શાવે છે કે કાર્બન નેનોટ્યુબ ઉંદર અને ઉંદરોના ફેફસાંને નુકસાન પહોંચાડી શકે છે.

2004ના એક અભ્યાસે દર્શાવ્યું હતું કે ફુલેરીન્સ માછલીમાં એકઠા થઈ શકે છે અને મગજને નુકસાન પહોંચાડી શકે છે. પરંતુ બંને અભ્યાસોએ અસામાન્ય પરિસ્થિતિઓમાં પદાર્થના મોટા ડોઝનો ઉપયોગ કર્યો હતો.

નિષ્ણાતોમાંના એક, રસાયણશાસ્ત્રી ક્રિસ્ટન કુલિનોવસ્કી (યુઍસઍ) અનુસાર, "આ નેનોપાર્ટિકલ્સની અસરને મર્યાદિત કરવાની સલાહ આપવામાં આવશે, હકીકત એ છે કે હાલમાં માનવ સ્વાસ્થ્ય માટે તેમના જોખમ વિશે કોઈ માહિતી નથી."

કેટલાક વિવેચકો એવી પણ દલીલ કરે છે કે નેનો ટેકનોલોજીનો વ્યાપક ઉપયોગ સામાજિક અને નૈતિક જોખમો તરફ દોરી શકે છે. તેથી, ઉદાહરણ તરીકે, જો નેનો ટેકનોલોજીનો ઉપયોગ નવી ઔદ્યોગિક ક્રાંતિની શરૂઆત કરે છે, તો તે નોકરીની ખોટ તરફ દોરી જશે.

તદુપરાંત, નેનો ટેકનોલોજી વ્યક્તિના વિચારને બદલી શકે છે, કારણ કે તેનો ઉપયોગ જીવનને લંબાવવામાં અને શરીરના પ્રતિકારને નોંધપાત્ર રીતે વધારવામાં મદદ કરશે.

ક્રિસ્ટન કુલીનવસ્કી કહે છે, "મોબાઈલ ફોન અને ઈન્ટરનેટના વ્યાપક ઉપયોગથી સમાજમાં મોટા ફેરફારો થયા છે તેનો કોઈ ઈન્કાર કરી શકતું નથી." "કોણ એવું કહેવાની હિંમત કરશે કે નેનોટેકનોલોજી આગામી વર્ષોમાં સમાજ પર વધુ અસર કરશે નહીં?"

નેનો ટેકનોલોજીની વાત હવે દરેક વૈજ્ઞાનિકના હોઠ પર છે. પરંતુ તેઓ કેવી રીતે અને શા માટે દેખાયા? તેમની શોધ કોણે કરી? ચાલો અધિકૃત સ્રોતો તરફ વળીએ.

હકીકતમાં, "નેનોટેકનોલોજી" શબ્દની હજુ સુધી કોઈ વ્યાખ્યા પણ નથી, પરંતુ લઘુચિત્ર વિશે વાત કરતી વખતે આ શબ્દનો સફળતાપૂર્વક ઉપયોગ થાય છે.

વધુ સ્પષ્ટ રીતે - સબમિનિઍચર: વ્યક્તિગત અણુઓ ધરાવતાં મશીનો વિશે, ગ્રાફીન નેનોટ્યુબ્સ વિશે, એકલતા અને નેનોમટેરિયલ્સ પર આધારિત ઍન્થ્રોપોમોર્ફિક રોબોટ્સના પ્રકાશન વિશે ...

હવે તે સામાન્ય રીતે સ્વીકારવામાં આવે છે કે નેનો ટેકનોલોજીની દિશાનો શબ્દ અને હોદ્દો રિચાર્ડ ફેમેનના અહેવાલમાં ઉદ્ભવે છે "તળિયે ઘણી જગ્યા છે." પછી ફેનમેને શ્રોતાઓને સામાન્ય દલીલો સાથે આશ્ચર્યચકિત કર્યું કે જો ઇલેક્ટ્રોનિક્સના લઘુચિત્રીકરણ, જે શરૂ થયું હતું, તેની તાર્કિક મર્યાદા, "નીચે" સુધી પહોંચ્યું તો શું થશે.

અંગ્રેજી શબ્દ "નેનો ટેકનોલોજી"70 ના દાયકાના મધ્યમાં જાપાની પ્રોફેસર નોરિયો તાનીગુચી દ્વારા પ્રસ્તાવિત કરવામાં આવ્યો હતો.

છેલ્લી સદીના અને "નેનો ટેકનોલોજીના મૂળભૂત સિદ્ધાંતો પર" અહેવાલમાં વપરાયેલ 1974 માં એક આંતરરાષ્ટ્રીય પરિષદમાં, એટલે કે, આ ક્ષેત્રમાં મોટા પાયે કામ શરૂ થયાના ઘણા સમય પહેલા. તેના અર્થમાં, તે શાબ્દિક રશિયન અનુવાદ "નેનોટેકનોલોજી" કરતાં નોંધપાત્ર રીતે વિશાળ છે, કારણ કે તે જ્ઞાન, અભિગમો, તકનીકો, વિશિષ્ટ પ્રક્રિયાઓ અને તેમના ભૌતિક પરિણામો - નેનોપ્રોડક્ટ્સનું વિશાળ જૂથ સૂચવે છે.

20મી સદીના ઉત્તરાર્ધ દરમિયાન, બંને લઘુચિત્ર તકનીકો (માઈક્રોઈલેક્ટ્રોનિક્સમાં) અને અણુઓનું નિરીક્ષણ કરવાના માધ્યમો વિકસિત થયા. માઈક્રોઈલેક્ટ્રોનિક્સના મુખ્ય સીમાચિહ્નો નીચે મુજબ છે:

1947 - ટ્રાન્ઝિસ્ટરની શોધ;

1958 - માઈક્રોસર્કિટનો દેખાવ;

1960 - ફોટોલિથોગ્રાફી ટેકનોલોજી, માઈક્રોસર્કિટ્સનું ઔદ્યોગિક ઉત્પાદન;

1971 - ઈન્ટેલનું પ્રથમ માઈક્રોપ્રોસેસર (એક સબસ્ટ્રેટ પર 2250 ટ્રાન્ઝિસ્ટર);

1960-2008 - "મૂરેનો કાયદો" - સબસ્ટ્રેટના એકમ વિસ્તાર દીઠ ઘટકોની સંખ્યા દર 2 વર્ષે બમણી થાય છે.

વધુ લઘુચિત્રીકરણ ક્વોન્ટમ મિકેનિક્સ દ્વારા નિર્ધારિત મર્યાદાઓ સામે આવ્યું. માઈક્રોસ્કોપ માટે, તેમાં રસ સમજી શકાય તેવું છે. જોકે એક્સ-રે ઈમેજોએ ઘણી બધી રસપ્રદ વસ્તુઓને "જોવા" મદદ કરી - ઉદાહરણ તરીકે, ડીએનએનું ડબલ હેલિક્સ - અમે સૂક્ષ્મ પદાર્થોને વધુ સારી રીતે જોવા માગતા હતા.

1932 - ઈ. રુસ્કાએ ટ્રાન્સમિશન ઈલેક્ટ્રોન માઈક્રોસ્કોપની શોધ કરી. ઓપરેશનના સિદ્ધાંત મુજબ, તે પરંપરાગત ઓપ્ટિકલ જેવું જ છે, માત્ર ફોટોન - ઈલેક્ટ્રોનને બદલે અને લેન્સને બદલે - ચુંબકીય કોઈલ. માઈક્રોસ્કોપે 14 ગણું વિસ્તરણ કર્યું.

1936 - ઇ. મુલરે એક મિલિયન કરતા વધુ વખત વિસ્તરણ સાથે ઓટો ઇલેક્ટ્રોન માઇક્રોસ્કોપની ડિઝાઇનનો પ્રસ્તાવ મૂક્યો. ઓપરેશનના સિદ્ધાંત મુજબ, તે શેડો થિયેટર જેવું જ છે: સોય ઉત્સર્જન કરતા ઇલેક્ટ્રોનની ટોચ પર સ્થિત માઇક્રો-ઑબ્જેક્ટ્સની છબીઓ સ્ક્રીન પર પ્રદર્શિત થાય છે. જો કે, સોયની ખામી અને રાસાયણિક પ્રતિક્રિયાઓને કારણે છબી મેળવવાનું અશક્ય બન્યું.

1939 - રસ્કાના ટ્રાન્સમિશન ઇલેક્ટ્રોન માઈક્રોસ્કોપ 30,000 વખત મેગ્નિફાઈ કરવાનું શરૂ કર્યું.

1951 - મુલરે ફિલ્ડ આયન માઈક્રોસ્કોપની શોધ કરી અને સોયની ટોચ પર અણુઓની છબી બનાવી.

1955 - એક જ અણુની વિશ્વની પ્રથમ છબી, ઓટોઓન માઇક્રોસ્કોપ દ્વારા મેળવવામાં આવી.

1957 - ફીલ્ડ ઈલેક્ટ્રોન માઈક્રોસ્કોપ વડે મેળવેલ એક જ પરમાણુની વિશ્વની પ્રથમ છબી.

1970 - એક અણુની ટ્રાન્સમિશન ઇલેક્ટ્રોન માઇક્રોસ્કોપ ઇમેજ.

1979 - બિન્નીગ અને રોહરરે (ઝુરિચ, IBM) એ ઉપરોક્ત જેટલા સારા રીઝોલ્યુશન સાથે સ્કેનિંગ ટનલીંગ માઇક્રોસ્કોપની શોધ કરી.

પરંતુ મુખ્ય વસ્તુ અલગ છે - સૌથી સરળ કણોની "વિશ્વમાં", ક્વોન્ટમ મિકેનિક્સ રમતમાં આવે છે, જેનો અર્થ છે કે અવલોકનને ક્રિયાપ્રતિક્રિયાથી અલગ કરી શકાતું નથી. સરળ શબ્દોમાં કહીએ તો, તે ખૂબ જ ઝડપથી બહાર આવ્યું કે માઇક્રોસ્કોપ વડે તમે પરમાણુઓને ચોંટી શકો છો અને ખસેડી શકો છો અથવા સરળ દબાણ દ્વારા તેમના વિદ્યુત પ્રતિકારને બદલી શકો છો.

1989 ના અંતમાં, એક સનસનાટીભર્યા વૈજ્ઞાનિક વિશ્વમાં ફેલાય છે: એક માણસ વ્યક્તિગત અણુઓની હેરફેર કરવાનું શીખી ગયો. કેલિફોર્નિયામાં કામ કરતા IBM કર્મચારી ડોનાલ્ડ ઈગલરે 35 ઝેનોન અણુઓ વડે ધાતુની સપાટી પર પોતાની કંપનીનું નામ લખાવ્યું હતું.

આ ચિત્ર, જે પછીથી વિશ્વ મીડિયા દ્વારા નકલ કરવામાં આવ્યું હતું અને તે પહેલાથી જ શાળાના પાઠ્યપુસ્તકોના પૃષ્ઠો પર સ્થાયી થયું હતું, જે નેનોટેકનોલોજિના જન્મને ચિહ્નિત કરે છે.

સફળતાનું પુનરાવર્તન તરત જ (1991માં) જાપાની વૈજ્ઞાનિકો દ્વારા કરવામાં આવ્યું જેમણે શિલાલેખ "PEACE 91 HCRL" (1991 માં શાંતિ, હિટાચી સેન્ટ્રલ રિસર્ચ લેબોરેટરી) બનાવ્યો. સાચું, તેઓએ આ શિલાલેખ આખા વર્ષ માટે બનાવ્યું અને સપાટી પર અણુઓ મૂકીને બિલકુલ નહીં, પરંતુ તેનાથી વિપરીત, તેઓએ સોનાના સબસ્ટ્રેટમાંથી બિનજરૂરી અણુઓ પસંદ કર્યા.

તે ફક્ત 1996 માં જ, IBM ઝ્યુરિચ પ્રયોગશાળામાં, ઇગલરની સિદ્ધિનું ખરેખર પુનરાવર્તન થયું હતું. 1995 સુધીમાં, વિશ્વમાં માત્ર પાંચ પરમાણુ મેનીપ્યુલેશન પ્રયોગશાળાઓ હતી. અમેરિકામાં ત્રણ, જાપાનમાં એક અને યુરોપમાં એક. તે જ સમયે, યુરોપિયન અને જાપાનીઝ પ્રયોગશાળાઓ આઇબીઆએમની હતી, એટલે કે, તેઓ પણ, હકીકતમાં, અમેરિકન હતા.

આવી સ્થિતિમાં યુરોપિયન રાજકારણીઓ અને અમલદારો શું કરી શકે? માત્ર પર્યાવરણ માટે પ્રગતિની હાનિકારકતા અને અમેરિકન હાથમાં નવી ટેકનોલોજિના જોખમ વિશે બૂમો પાડવા માટે.

નેનોટેકનોલોજિ એ મૂળભૂત અને લાગુ વિજ્ઞાન અને ટેકનોલોજિનું ક્ષેત્ર છે જે સૈદ્ધાંતિક વાજબીપણું, સંશોધનની વ્યવહારિક પદ્ધતિઓ, વિશ્લેષણ અને સંશ્લેષણના સંયોજન સાથે વ્યવહાર કરે છે, તેમજ વ્યક્તિના નિયંત્રિત મેનીપ્યુલેશન દ્વારા આપેલ અણુ માળખું સાથે ઉત્પાદનોના ઉત્પાદન અને ઉપયોગ માટેની પદ્ધતિઓ. અણુઓ અને પરમાણુઓ.

ઘણા સ્રોતો, મુખ્યત્વે અંગ્રેજીમાં, પદ્ધતિઓના પ્રથમ ઉલ્લેખને રિચાર્ડ ફેનમેનના પ્રખ્યાત ભાષણ "ઘેર ઈઝ પ્લેન્ટી ઓફ રૂમ એટ ધ બોટમ" સાથે સાંકળે છે, જે તેમણે 1959માં કેલિફોર્નિયા ઇન્સ્ટિટ્યૂટ ઓફ ટેક્નોલોજિ ખાતે વાર્ષિક મીટિંગમાં કર્યું હતું.

અમેરિકન ફિઝિકલ સોસાયટી. રિચાર્ડ ફેનમેને સૂચવ્યું હતું કે યોગ્ય કદના મેનિપ્યુલેટર સાથે યાંત્રિક રીતે એક અણુને ખસેડવું શક્ય છે, ઓછામાં ઓછી આવી પ્રક્રિયા આજે જાણીતા ભૌતિક નિયમોનો વિરોધાભાસ નહીં કરે.

તેણે આ મેનિપ્યુલેટર નીચેની રીતે કરવાનું સૂચન કર્યું. એવી મિકેનિઝમ બનાવવી જરૂરી છે કે જે તેની પોતાની નકલ બનાવે, માત્ર

એક ક્રમ નાનો ક્રમ. બનાવેલ નાની મિકેનિઝમે ફરીથી તેની નકલ બનાવવી જોઇએ, ફરીથી એક ક્રમ નાનો ક્રમ, અને તેથી જ્યાં સુધી મિકેનિઝમના પરિમાણો એક અણુના ક્રમના પરિમાણો સાથે સુસંગત ન હોય ત્યાં સુધી.

તે જ સમયે, આ મિકેનિઝમની રચનામાં ફેરફારો કરવા જરૂરી રહેશે, કારણ કે મેક્રોકોઝમમાં કાર્ય કરતા ગુરુત્વાકર્ષણના દળોનો પ્રભાવ ઓછો અને ઓછો હશે, અને આંતરપરમાણુ ક્રિયાપ્રતિક્રિયાઓના દળો અને વેન ડેર વાલ્સ દળો વધુને વધુ અસર કરશે. મિકેનિઝમની કામગીરી.

છેલ્લો તબક્કો - પરિણામી મિકેનિઝમ વ્યક્તિગત અણુઓમાંથી તેની નકલ એસેમ્બલ કરશે. સૈદ્ધાંતિક રીતે, આવી નકલોની સંખ્યા અમર્યાદિત છે, ટૂંકા સમયમાં આવા મશીનોની મનસ્વી સંખ્યા બનાવવાનું શક્ય બનશે. આ મશીનો એ જ રીતે એટમ-બાય-એટમ એસેમ્બલીમાં મેકોશિંગ્સ એસેમ્બલ કરવામાં સક્ષમ હશે.

આ વસ્તુઓને સસ્તી બનાવશે - આવા રોબોટ્સ (નેનોરોબોટ્સ) ને માત્ર જરૂરી સંખ્યામાં પરમાણુઓ અને ઊર્જા આપવાની જરૂર પડશે, અને જરૂરી વસ્તુઓને એસેમ્બલ કરવા માટે એક પ્રોગ્રામ લખવો પડશે. અત્યાર સુધી, કોઈ પણ આ શક્યતાને નકારી શક્યું નથી, પરંતુ હજી સુધી કોઈ પણ આવી મિકેનિઝમ્સ બનાવવામાં સફળ થયું નથી.

આ શક્યતાના સૈદ્ધાંતિક અભ્યાસ દરમિયાન, કાલ્પનિક કયામતના દિવસના દૃશ્યો ઉભરી આવ્યા છે જે સૂચવે છે કે નેનોરોબોટ્સ પૃથ્વીના સમગ્ર બાયોમાસને શોષી લેશે, તેમના સ્વ-પ્રજનન કાર્યક્રમને હાથ ધરશે (કહેવાતા "ગ્રે ગૂ" અથવા "ગ્રે ગૂ").

અણુ સ્તરે ઑબ્જેક્ટ્સનો અભ્યાસ કરવાની સંભાવના વિશે પ્રથમ ધારણાઓ 1704 માં પ્રકાશિત આઇઝેક ન્યુટન દ્વારા પુસ્તક "ઓપ્ટિક્સ" માં મળી શકે છે. પુસ્તકમાં, ન્યુટન આશા વ્યક્ત કરે છે કે ભવિષ્યના સૂક્ષ્મદર્શક યંત્રો કોઈ દિવસ "કોર્પ્સકલ્સના રહસ્યો" ને શોધવામાં સક્ષમ હશે.

"નેનો ટેક્નોલોજિ" શબ્દનો સૌપ્રથમ ઉપયોગ નોરિયો તાનિગુચી દ્વારા 1974માં કરવામાં આવ્યો હતો. તેમણે આ શબ્દને ઘણા નેનોમીટરના કદ સાથે ઉત્પાદનોના ઉત્પાદન તરીકે ઓળખાવ્યો.

1980 ના દાયકામાં, આ શબ્દનો ઉપયોગ એરિક સી. ડ્રેક્સલર દ્વારા તેમના પુસ્તકો એન્જિન્સ ઓફ ક્રિએશનઃ ધ કમિંગ એરા ઓફ નેનોટેકનોલોજી અને નેનોસિસ્ટમ્સઃ મોલેક્યુલર મશીનરી, મેન્યુફેક્ચરિંગ અને કોમ્પ્યુટેશનમાં કરવામાં આવ્યો હતો.

નેનો ટેકનોલોજી શું કરી શકે?

અહીં માત્ર થોડા એવા ક્ષેત્રો છે જ્યાં નેનોટેકનોલોજી સફળતાનું વચન આપે છેઃ

દવા

નેનોસેન્સર્સ રોગોના પ્રારંભિક નિદાનમાં પ્રગતિની ખાતરી કરશે. આનાથી રિકવરીની શક્યતા વધી જશે. આપણે કેન્સર અને અન્ય રોગોને હરાવી શકીએ છીએ. કેન્સરની જૂની દવાઓ માત્ર રોગગ્રસ્ત કોષોને જ નહીં, પણ સ્વસ્થ કોષોનો પણ નાશ કરે છે. નેનો ટેક્નોલોજીની મદદથી આ દવા સીધી રોગગ્રસ્ત કોષ સુધી પહોંચાડવામાં આવશે.

ડીએનએ નેનોટેકનોલોજી- ડીએનએ પરમાણુઓ અને ન્યુક્લિક એસિડના ચોક્કસ પાયાનો ઉપયોગ તેમના આધારે સ્પષ્ટ રીતે વ્યાખ્યાયિત બંધારણો બનાવવા માટે કરો. દવાઓના અણુઓનું ઔદ્યોગિક સંશ્લેષણ અને સારી રીતે વ્યાખ્યાયિત આકાર (બીઆઈએસ-પેપ્ટાઈડ્સ) ની ફાર્માકોલોજિકલ તૈયારીઓ.

2000 ની શરૂઆતમાં, નેનો-કદના કણોના ઉત્પાદનની તકનીકમાં ઝડપી પ્રગતિને કારણે, નેનો ટેકનોલોજીના નવા ક્ષેત્રના વિકાસને પ્રોત્સાહન આપવામાં આવ્યું હતું - નેનોપ્લામોનિક્સ. પ્લાઝ્મોન ઓસિલેશનના ઉત્તેજના દ્વારા મેટલ નેનોપાર્ટિકલ્સની સાંકળ સાથે ઇલેક્ટ્રોમેગ્નેટિક રેડિયેશનનું પ્રસારણ શક્ય હોવાનું બહાર આવ્યું છે.

બાંધકામ

બિલ્ડીંગ સ્ટ્રક્ચર્સના નેનોસેન્સર્સ તેમની તાકાતનું નિરીક્ષણ કરશે, અખંડિતતા માટેના કોઈપણ જોખમોને શોધી કાઢશે. નેનો ટેકનોલોજીનો ઉપયોગ કરીને બનાવવામાં આવેલ ઓબ્જેક્ટ્સ આધુનિક માળખાં કરતાં પાંચ ગણા લાંબા સમય સુધી ટકી શકે છે. ઘરો રહેવાસીઓની જરૂરિયાતોને અનુરૂપ બનશે, તેમને ઉનાળામાં ઠંડું અને શિયાળામાં ગરમ રાખશે.

ઉર્જા

અમે તેલ અને ગેસ પર ઓછા નિર્ભર રહીશું. આધુનિક સોલાર પેનલ્સની કાર્યક્ષમતા લગભગ 20% છે. નેનો ટેકનોલોજિના ઉપયોગથી તે 2-3 ગણો વધી શકે છે. છત અને દિવાલો પર પાતળી નેનોફિલ્મ્સ આખા ઘરને ઊર્જા પ્રદાન કરી શકે છે (જો, અલબત્ત, ત્યાં પૂરતો સૂર્ય હોય).

મેકેનિકલ એન્જિનિયરિંગ

તમામ ભારે સાધનો રોબોટ્સ દ્વારા બદલવામાં આવશે - સરળતાથી નિયંત્રિત ઉપકરણો. તેઓ અણુઓ અને પરમાણુઓના સ્તરે કોઈપણ મિકેનિઝમ બનાવવા માટે સક્ષમ હશે. મશીનોના ઉત્પાદન માટે, નવી નેનોમટેરિયલ્સનો ઉપયોગ કરવામાં આવશે જે ઘર્ષણ ઘટાડી શકે છે, ભાગોને નુકસાનથી બચાવી શકે છે અને ઊર્જા બચાવી શકે છે.

આ એવા તમામ ક્ષેત્રોથી દૂર છે કે જેમાં નેનો ટેકનોલોજિ લાગુ થઈ શકે છે (અને થશે!) વૈજ્ઞાનિકો માને છે કે નેનો ટેક્નોલોજિનો ઉદભવ એ એક નવી વૈજ્ઞાનિક અને તકનીકી ક્રાંતિની શરૂઆત છે જે 21મી સદીમાં વિશ્વને મોટા પ્રમાણમાં બદલી નાખશે.

જો કે, એ નોંધવું યોગ્ય છે કે નેનો ટેક્નોલોજિ ખૂબ જ ઝડપથી વાસ્તવિક પ્રેક્ટિસમાં પ્રવેશતી નથી. ઘણા ઉપકરણો (મોટાભાગે ઇલેક્ટ્રોનિક્સ) "નેનો સાથે" કામ કરતા નથી. આ અંશતઃ નેનો ટેક્નોલોજિની ઊંચી કિંમત અને નેનો ટેક્નોલોજિ ઉત્પાદનો પર ખૂબ ઊંચું વળતર ન મળવાને કારણે છે.

સંભવતઃ, નજીકના ભવિષ્યમાં, નેનો ટેક્નોલોજિની મદદથી, હાઇ-ટેક, મોબાઇલ, સરળતાથી નિયંત્રિત ઉપકરણો બનાવવામાં આવશે જે સ્વયંસંચાલિત, પરંતુ આજના મેનેજ કરવા મુશ્કેલ અને વિશાળ ઉપકરણોને સફળતાપૂર્વક બદલશે. તેથી, ઉદાહરણ તરીકે, સમય જતાં, કમ્પ્યુટર-નિયંત્રિત બાયોરોબોટ્સ વર્તમાન વિશાળ પમ્પિંગ સ્ટેશનોના કાર્યો કરવા માટે સક્ષમ હશે.

ડીએનએકમ્પ્યુટર- એક કમ્પ્યુટિંગ સિસ્ટમ કે જે ડીએનએ પરમાણુઓની કોમ્પ્યુટેશનલ ક્ષમતાઓનો ઉપયોગ કરે છે. બાયોમોલેક્યુલર કમ્પ્યુટિંગ એ એક અથવા બીજી રીતે ડીએનએ અથવા આરએનએ સંબંધિત વિવિધ તકનીકોનું સામૂહિક નામ છે.

ડીએનએ કમ્પ્યુટિંગમાં, ડેટાને શૂન્ય અને રાશિઓના સ્વરૂપમાં દર્શાવવામાં આવતું નથી, પરંતુ ડીએનએ હેલિક્સના આધારે બનેલા પરમાણુ બંધારણના સ્વરૂપમાં રજૂ કરવામાં આવે છે. ડેટા વાંચવા, કૉપિ કરવા અને મેનેજ કરવા માટે સૉફ્ટવેરની ભૂમિકા વિશેષ ઉત્સેચકો દ્વારા કરવામાં આવે છે.

અણુબળમાઇક્રોસ્કોપ- ઉચ્ચ-રિઝોલ્યુશન સ્કેનિંગ પ્રોબ માઇક્રોસ્કોપ, અભ્યાસ હેઠળના નમૂનાની સપાટી સાથે કેન્ટીલીવર સોય (પ્રોબ) ની ક્રિયાપ્રતિક્રિયાના આધારે. સ્કેનિંગ ટનલીંગ માઇક્રોસ્કોપ (STM) થી વિપરીત, તે પ્રવાહી સ્તર દ્વારા પણ વાહક અને બિન-વાહક બંને સપાટીઓની તપાસ કરી શકે છે,

જે કાર્બનિક અણુઓ (DNA) સાથે કામ કરવાનું શક્ય બનાવે છે. અણુ બળ માઇક્રોસ્કોપનું અવકાશી રીઝોલ્યુશન કેન્ટિલવરના કદ અને તેની ટોચની વક્તા પર આધારિત છે. રિઝોલ્યુશન આડા પરમાણુ સુધી પહોંચે છે અને નોંધપાત્ર રીતે તેને ઊભી રીતે ઓળંગે છે.

એન્ટેનાઓસિલેટર- 9 ફેબ્રુઆરી, 2005 ના રોજ, બોસ્ટન યુનિવર્સિટીની પ્રયોગશાળામાં લગભગ 1 માઇક્રોનનું કદ ધરાવતું ઓસિલેટર એન્ટેના મેળવવામાં આવ્યું હતું. આ ઉપકરણમાં 5,000 મિલિયન અણુઓ છે અને તે 1.49 ગીગાહટ્ર્ઝની આવર્તન પર ઓસીલેટ કરવામાં સક્ષમ છે, જે તમને તેની સાથે મોટી માત્રામાં માહિતી ટ્રાન્સફર કરવાની મંજૂરી આપે છે.

કેટલીક પ્રામાણિક શોધને યાદ કરવાનો પ્રયાસ કરો. સંભવતઃ, હવે કોઈએ વ્હીલ, કોઈએ વિમાન અને કોઈએ આઇપોડની કલ્પના કરી છે. અને તમારામાંથી કેટલા લોકોએ સંપૂર્ણપણે નવી પેઢી - નેનો ટેકનોલોજીની શોધ વિશે વિચાર્યું છે?

આ વિશ્વ થોડું જાણીતું છે, પરંતુ તેમાં અવિશ્વસનીય ક્ષમતા છે જે આપણને ખરેખર અદ્ભુત વસ્તુઓ આપી શકે છે. આશ્ચર્યજનક બાબત એ છે કે નેનો ટેકનોલોજીની દિશા 1975 સુધી અસ્તિત્વમાં ન હતી, તેમ છતાં વૈજ્ઞાનિકોએ આ ક્ષેત્રમાં કામ કરવાનું શરૂ કર્યું હતું.

માનવ નરી આંખ 0.1 મીમી કદ સુધીની વસ્તુઓને ઓળખી શકે છે. આજે આપણે દસ આવિષ્કારો વિશે વાત કરીશું જે 100,000 ગણી નાની છે.

વિધ્યુત વાહક પ્રવાહી ધાતુ

વીજળી સાથે, ગેલિયમ, ઇરિડીયમ અને ટીનની સરળ પ્રવાહી ધાતુની એલોય પેટ્રી ડીશની અંદર જટિલ આકાર અથવા પવન વર્તુળો બનાવવા માટે બનાવી શકાય છે. તે અમુક અંશે સંભાવના સાથે કહી શકાય કે આ તે સામગ્રી છે જેમાંથી પ્રખ્યાત T-1000 શ્રેણી સાયબોર્ગ બનાવવામાં આવી હતી, જે આપણે ટર્મિનેટર 2 માં જોઈ શકીએ છીએ.

"સોફ્ટ એલોય એક સ્માર્ટ સ્વરૂપની જેમ વર્તે છે, જો જરૂરી હોય તો સ્વ-વિકૃત કરવામાં સક્ષમ હોય છે, આસપાસની બદલાતી જગ્યાને ધ્યાનમાં લેતા, જેના દ્વારા તે ફરે છે. આ પ્રોજેક્ટ સાથે સંકળાયેલા સંશોધકોમાંના એક, સિંધુઆ યુનિવર્સિટીના જિન લી કહે છે, જેમ કે લોકપ્રિય સાય-ફાઇ મૂવીમાંથી સાયબોર્ગ કરી શકે છે.

આ ધાતુ બાયોમિમેટિક છે, એટલે કે, તે બાયોકેમિકલ પ્રતિક્રિયાઓની નકલ કરે છે, જો કે તે પોતે જૈવિક પદાર્થ નથી.

આ ધાતુને ઇલેક્ટ્રિકલ ડિસ્ચાર્જ દ્વારા નિયંત્રિત કરી શકાય છે. જો કે, આ મેટલ એલોયના દરેક ડ્રોપના આગળ અને પાછળના દબાણના તફાવતને કારણે ઉભરતા લોડ અસંતુલનને કારણે, તે પોતે સ્વતંત્ર રીતે ખસેડવામાં સક્ષમ છે.

અને તેમ છતાં વૈજ્ઞાનિકો માને છે કે આ પ્રક્રિયા રાસાયણિક ઊર્જાને યાંત્રિક ઊર્જામાં રૂપાંતરિત કરવાની ચાવી હોઈ શકે છે, નજીકના ભવિષ્યમાં દ્રષ્ટ સાયબોર્સ બનાવવા માટે મોલેક્યુલર સામગ્રીનો ઉપયોગ કરવામાં આવશે નહીં. "જાદુ" ની સમગ્ર પ્રક્રિયા માત્ર સોડિયમ હાઇડ્રોક્સાઇડ સોલ્યુશન અથવા ખારા સોલ્યુશનમાં જ થઈ શકે છે.

નેનોપ્લાસ્ટર

યોર્ક યુનિવર્સિટીના સંશોધકો ખાસ પેચ બનાવવા માટે કામ કરી રહ્યા છે જે કોઈપણ પ્રકારની સોય અને સિરીંજનો ઉપયોગ કર્યા વિના શરીરમાં તમામ જરૂરી દવાઓ પહોંચાડવા માટે ડિઝાઇન કરવામાં આવશે. એકદમ સામાન્ય કદના પ્લાસ્ટરને હાથ પર ચોંટાડવામાં આવે છે,

જે તમારા શરીરની અંદર ડ્રગ નેનોપાર્ટિકલ્સ (વાળના ફોલિકલ્સમાં પ્રવેશવા માટે પૂરતા પ્રમાણમાં નાના) ની ચોક્કસ માત્રા પહોંચાડે છે. નેનોપાર્ટિકલ્સ (દરેક 20 નેનોમીટરથી ઓછા કદના) તેમના પોતાના પર હાનિકારક કોષો શોધી કાઢશે, તેમને મારી નાખશે અને કુદરતી પ્રક્રિયાઓના પરિણામે અન્ય કોષો સાથે શરીરમાંથી દૂર કરવામાં આવશે.

વૈજ્ઞાનિકો નોંધે છે કે ભવિષ્યમાં, આવા નેનોપ્લાસ્ટરનો ઉપયોગ પૃથ્વી પરના સૌથી ભયંકર રોગો - કેન્સર સામેની લડાઈમાં થઈ શકે છે. કીમોથેરાપીથી વિપરીત, જે આવા કિસ્સાઓમાં મોટેભાગે સારવારનો અભિન્ન ભાગ હોય છે,

નેનોપેચ સ્વસ્થ કોષોને અકબંધ રાખીને કેન્સરના કોષોને વ્યક્તિગત રીતે શોધી અને નાશ કરવામાં સક્ષમ હશે. નેનોપેચ પ્રોજેક્ટનું નામ NanJect રાખવામાં આવ્યું હતું. તે આતિફ સૈયદ અને ઝકરિયા હુસૈન દ્વારા વિકસાવવામાં આવી રહ્યું છે, જેમણે 2013 માં, જ્યારે વિદ્યાર્થીઓ હજુ પણ હતા, ત્યારે ક્રાઉડસોર્સિંગ ભંડોળ એકત્રીકરણ ઝુંબેશના ભાગ રૂપે જરૂરી સ્પોન્સરશિપ પ્રાપ્ત કરી હતી.

પાણી માટે નેનોફિલ્ટર

જ્યારે આ ફિલ્મનો ઉપયોગ પાતળા સ્ટેનલેસ સ્ટીલ મેશ સાથે કરવામાં આવે છે, ત્યારે તેલને ભગાડવામાં આવે છે અને વિસ્તારનું પાણી નૈસર્ગિક બની જાય છે.

રસપ્રદ વાત એ છે કે કુદરતે જ વૈજ્ઞાનિકોને નેનોફિલ્મ બનાવવાની પ્રેરણા આપી હતી. કમળના પાંદડા, જેને પાણીની કમળ તરીકે પણ ઓળખવામાં આવે છે, તેમાં નેનોફિલ્મ્સથી વિપરીત છે: તેલને બદલે, તેઓ પાણીને ભગાડે છે. આ પહેલીવાર નથી જ્યારે વૈજ્ઞાનિકોએ આ અદ્ભુત છોડને તેમના ઓછા અદ્ભુત ગુણધર્મો માટે ડોકિયું કર્યું હોય.

આનું પરિણામ, ઉદાહરણ તરીકે, 2003 માં સુપરહાઇડ્રોફોબિક સામગ્રીની રચના હતી. નેનોફિલ્મ માટે, સંશોધકો એવી સામગ્રી બનાવવાનો પ્રયાસ કરી રહ્યા છે જે પાણીની કમળની સપાટીની નકલ કરે અને તેને વિશિષ્ટ ક્લીનસરના પરમાણુઓથી સમૃદ્ધ બનાવે. કોટિંગ પોતે માનવ આંખ માટે અદ્રશ્ય છે. ઉત્પાદન સસ્તું હશે: ચોરસ ફૂટ દીઠ

આશરે $1.

સબમરીન એર પ્યુરિફાયર

તે અસંભવિત છે કે કોઈએ વિચાર્યું હોય કે સબમરીનના ક્રૂને કેવા પ્રકારની હવા શ્વાસ લેવાની હોય છે, સિવાય કે ક્રૂ મેમ્બર્સ પોતે. દરમિયાન, કાર્બન ડાયોક્સાઇડમાંથી હવાનું શુદ્ધિકરણ તરત જ હાથ ધરવામાં આવવું જોઈએ, કારણ કે સબમરીનના પ્રકાશ ક્રૂ દ્વારા એક સફરમાં સમાન હવા સેંકડો વખત પસાર થાય છે.

કાર્બન ડાયોક્સાઇડમાંથી હવાને શુદ્ધ કરવા માટે, એમાઇન્સનો ઉપયોગ કરવામાં આવે છે, જેમાં ખૂબ જ અપ્રિય ગંધ હોય છે. આ મુદ્દાને ઉકેલવા માટે, એક સફાઈ તકનીક બનાવવામાં આવી હતી, જેને SAMMS (મેસોપોરસ સપોર્ટ્સ પર સેલ્ફ-એસેમ્બલ મોનોલેયર્સનું ટૂંકું નામ) કહેવાય છે.

તે સિરામિક ગ્રાન્યુલ્સની અંદર મૂકવામાં આવેલા ખાસ નેનોપાર્ટિકલ્સના ઉપયોગની દરખાસ્ત કરે છે. પદાર્થમાં છિદ્રાળુ માળખું હોય છે, જેના કારણે તે વધુ પડતા કાર્બન ડાયોક્સાઇડને શોષી લે છે. SAMMS સફાઈના વિવિધ પ્રકારો હવા, પાણી અને પૃથ્વીના વિવિધ અણુઓ સાથે ક્રિયાપ્રતિક્રિયા કરે છે, પરંતુ આ તમામ સફાઈ વિકલ્પો અતિ અસરકારક છે. આ છિદ્રાળુ સિરામિક ગ્રાન્યુલ્સનો માત્ર એક ચમચો એક ફૂટબોલ મેદાન જેટલો વિસ્તાર સાફ કરવા માટે પૂરતો છે.

નેનોકન્ડક્ટર

નોર્થવેસ્ટર્ન યુનિવર્સિટી (યુએસએ) ના સંશોધકોએ નેનોસ્કેલ પર વિદ્યુત વાહક કેવી રીતે બનાવવું તે શોધી કાઢ્યું. આ વાહક એક નક્કર અને મજબૂત નેનોપાર્ટિકલ છે જે વિવિધ વિરુદ્ધ દિશામાં ઇલેક્ટ્રિક પ્રવાહ વહન કરવા માટે ટ્યુન કરી શકાય છે.

અભ્યાસ દર્શાવે છે કે આવા દરેક નેનોપાર્ટિકલ "એક રેક્ટિફાયર, સ્વિચ અને ડાયોડ" ની કામગીરીનું અનુકરણ કરવામાં સક્ષમ છે. પ્રત્યેક 5 નેનોમીટર-જાડા કણ હકારાત્મક રીતે ચાર્જ કરેલ રસાયણ સાથે કોટેડ છે અને તેની આસપાસ નકારાત્મક ચાર્જ થયેલ અણુઓ છે. વિદ્યુત ડિસ્ચાર્જ લાગુ કરવાથી નેનોપાર્ટિકલ્સની આસપાસના નકારાત્મક ચાર્જ થયેલા અણુઓને ફરીથી ગોઠવવામાં આવે છે.

વૈજ્ઞાનિકોના મતે ટેકનોલોજિની સંભાવના અભૂતપૂર્વ છે. તેના આધારે, તમે એવી સામગ્રીઓ બનાવી શકો છો જે "કોમ્પ્યુટર કમ્પ્યુટિંગ કાર્યો માટે સ્વતંત્ર રીતે બદલવા માટે સક્ષમ છે." આ નેનોમટીરિયલનો ઉપયોગ વાસ્તવમાં ભવિષ્યના ઈલેક્ટ્રોનિક્સનો "પુનઃપ્રોગ્રામ" કરશે. હાર્ડવેર અપગ્રેડ સોફ્ટવેર અપગ્રેડ જેટલું સરળ હશે.

નેનોટેક ચાર્જર

જ્યારે આ વસ્તુ બનાવવામાં આવશે, ત્યારે તમારે કોઈપણ વાયરવાળા ચાર્જરનો ઉપયોગ કરવાની જરૂર રહેશે નહીં. નવી નેનો ટેકનોલોજિ સ્પોન્જની જેમ કામ કરે છે, માત્ર તે બિન-પ્રવાહીને શોષી લે છે. તે પર્યાવરણમાંથી ગતિ ઊર્જા ચૂસે છે અને તેને સીધા તમારા સ્માર્ટફોન પર મોકલે છે.

ટેક્નોલોજિનો આધાર પીઝોઇલેક્ટ્રિક સામગ્રીનો ઉપયોગ છે જે યાંત્રિક તાણની સ્થિતિમાં વીજળી ઉત્પન્ન કરે છે. સામગ્રી નેનોસ્કોપિક છિદ્રોથી સંપન્ન છે જે તેને લવચીક સ્પોન્જમાં ફેરવે છે.

આ ઉપકરણનું સત્તાવાર નામ "નેનોજનરેટર" છે. આવા નેનોજનરેટર એક દિવસ ગ્રહ પરના દરેક સ્માર્ટફોનનો ભાગ બની શકે છે, અથવા દરેક કારના ડેશબોર્ડનો ભાગ બની શકે છે, અને કદાચ કપડાંના દરેક ખિસ્સાનો પણ ભાગ બની શકે છે.

ગેજેટ્સ તેમાં જ ચાર્જ કરવામાં આવશે. વધુમાં, ટેક્નોલોજિમાં મોટા પાયે ઉપયોગ કરવાની ક્ષમતા છે, ઉદાહરણ તરીકે, ઔદ્યોગિક સાધનોમાં. ઓછામાં ઓછું એવું જ વિસ્કોન્સિન-મેડિસન યુનિવર્સિટીના સંશોધકોનું માનવું છે, જેમણે આ અદ્ભુત નેનોસ્પોન્જ બનાવ્યું છે.

કૃત્રિમ રેટિના

ઇઝરાયેલી કંપની નેનો રેટિના એક ઇન્ટરફેસ વિકસાવી રહી છે જે આંખના ચેતાકોષો સાથે સીધું જ કનેક્ટ થશે અને મગજમાં ન્યુરલ સિમ્યુલેશનનું પરિણામ ટ્રાન્સમિટ કરશે, રેટિનાને બદલીને અને લોકોને દૃષ્ટિમાં પરત કરશે.

અંધ ચિકન પરના પ્રયોગે પ્રોજેક્ટની સફળતાની આશા દર્શાવી. નેનોફિલ્મે ચિકનને પ્રકાશ જોવાની મંજૂરી આપી. સાચું, લોકોને દૃષ્ટિ પુનઃસ્થાપિત કરવા માટે કૃત્રિમ રેટિનાના વિકાસનો અંતિમ તબક્કો

હજી દૂર છે, પરંતુ આ દિશામાં પ્રગતિ આનંદ કરી શકે નહીં.

નેનો રેટિના એ આવા વિકાસમાં સામેલ એકમાત્ર કંપની નથી, પરંતુ તે તેમની તકનીક છે જે હાલમાં સૌથી આશાસ્પદ, કાર્યક્ષમ અને અનુકૂલનશીલ તરીકે જોવામાં આવે છે. છેલ્લો મુદ્દો સૌથી મહત્વપૂર્ણ છે કારણ કે આપણે એવા ઉત્પાદન વિશે વાત કરી રહ્યા છીએ જે કોઈની આંખોમાં એકીકૃત થશે. સમાન વિકાસ દર્શાવે છે કે ધન સામગ્રી આવા કાર્યક્રમો માટે અયોગ્ય છે.

ટેક્નોલોજી નેનોટેકનોલોજીના સ્તરે વિકસાવવામાં આવી હોવાથી, તે મેટલ અને વાયરનો ઉપયોગ દૂર કરે છે, તેમજ સિમ્યુલેટેડ ઇમેજના ઓછા રિઝોલ્યુશનને ટાળે છે.

ચમકતા કપડાં

શાંઘાઈના વૈજ્ઞાનિકોએ પ્રતિબિંબીત થ્રેડો વિકસાવ્યા છે જેનો ઉપયોગ કપડાંના ઉત્પાદનમાં થઈ શકે છે. દરેક થ્રેડનો આધાર ખૂબ જ પાતળો સ્ટેનલેસ સ્ટીલ વાયર છે, જે ખાસ નેનોપાર્ટિકલ્સ, ઇલેક્ટ્રોલ્યુમિનેસન્ટ પોલિમરનો એક સ્તર અને પારદર્શક નેનોટ્યુબના રક્ષણાત્મક આવરણથી કોટેડ છે.

પરિણામ ખૂબ જ હળવા અને લવચીક થ્રેડો છે જે તેમની પોતાની ઇલેક્ટ્રોકેમિકલ ઊર્જાના પ્રભાવ હેઠળ ચમકી શકે છે. તે જ સમયે, તેઓ પરંપરાગત એલઇડી કરતાં ઘણી ઓછી શક્તિ પર કાર્ય કરે છે.

તકનીકીનો ગેરલાભ એ હકીકતમાં રહેલો છે કે થ્રેડોનો "પ્રકાશ અનામત" હજી પણ ફક્ત થોડા કલાકો માટે પૂરતો છે. જો કે, સામગ્રીના વિકાસકર્તાઓ આશાવાદી રીતે માને છે કે તેઓ તેમના ઉત્પાદનના "સંસાધન" ને ઓછામાં ઓછા એક હજાર ગણો વધારવામાં સક્ષમ હશે. જો તેઓ સફળ થાય તો પણ, બીજી ખામીનો ઉકેલ હજુ પણ પ્રશ્નમાં છે. મોટે ભાગે, આવા નેનોથ્રેડ્સના આધારે કપડાં ધોવાનું અશક્ય હશે.

આંતરિક અવયવોના પુનઃસંગ્રહ માટે નેનોનીડલ્સ

આપણે ઉપર જે નેનોપ્લાસ્ટર વિશે વાત કરી છે તે ખાસ કરીને સોયને બદલવા માટે રચાયેલ છે. જો સોય પોતે જ કદમાં થોડા નેનોમીટરની હોય તો? આ કિસ્સામાં, તેઓ શસ્ત્રક્રિયા વિશેની અમારી સમજને બદલી શકે છે, અથવા ઓછામાં ઓછ નોંધપાત્ર રીતે તેને સુધારી શકે છે.

તાજેતરમાં જ, વૈજ્ઞાનિકોએ ઉંદર પર સફળ પ્રયોગશાળા પરીક્ષણો હાથ ધર્યા છે. નાની સોયની મદદથી, સંશોધકો ઉંદરના સજીવોમાં ન્યુક્લીક એસિડનું ઇન્જેક્શન કરવામાં સક્ષમ હતા.

જે અંગો અને ચેતા કોષોના પુનજીવનને પ્રોત્સાહન આપે છે અને તેથી ખોવાયેલી કામગીરીને પુનઃસ્થાપિત કરે છે. જ્યારે સોય તેમનું કાર્ય કરે છે, ત્યારે તે શરીરમાં રહે છે અને થોડા દિવસો પછી તેમાં સંપૂર્ણપણે વિઘટિત થાય છે.

તે જ સમયે, વૈજ્ઞાનિકોને આ વિશિષ્ટ નેનોનીડલ્સનો ઉપયોગ કરીને ઉંદરોના પાછળના સ્નાયુઓની રક્તવાહિનીઓને પુનઃસ્થાપિત કરવાના ઓપરેશન દરમિયાન કોઈ આડઅસર મળી નથી.

જો આપણે માનવીય કેસોને ધ્યાનમાં લઈએ, તો આવા નેનોનીડલ્સનો ઉપયોગ માનવ શરીરમાં જરૂરી ભંડોળ પહોંચાડવા માટે થઈ શકે છે, ઉદાહરણ તરીકે, અંગ પ્રત્યારોપણમાં. વિશેષ પદાર્થો ઝડપથી પુનઃપ્રાપ્તિ માટે ટ્રાન્સપ્લાન્ટ કરેલ અંગની આસપાસના પેશીઓને તૈયાર કરશે અને અસ્વીકારની શક્યતાને દૂર કરશે.

3D કેમિકલ પ્રિન્ટીંગ

ઇલિનોઇસ યુનિવર્સિટીના રસાયણશાસ્ત્રી માર્ટિન બર્ક એ રસાયણશાસ્ત્રની દુનિયામાંથી એક વાસ્તવિક વિલી વોન્કા છે. વિવિધ હેતુઓ માટે "નિર્માણ સામગ્રી" પરમાણુઓના સંગ્રહનો ઉપયોગ કરીને, તે વિશાળ સંખ્યામાં વિવિધ રસાયણો બનાવી શકે છે,

જે તમામ પ્રકારના "અદ્ભુત અને છતાં કુદરતી ગુણધર્મો"થી સંપન્ન છે. ઉદાહરણ તરીકે, આવા એક પદાર્થ રતનિન છે, જે ફક્ત ખૂબ જ દુર્લભ પેરુવિયન ફૂલમાં મળી શકે છે.

પદાર્થોના સંશ્લેષણની સંભાવના એટલી વિશાળ છે કે તે LED ડાયોડ, સૌર કોષ કોષો અને તે રાસાયણિક તત્વોના નિર્માણમાં દવામાં ઉપયોગમાં લેવાતા પરમાણુઓનું ઉત્પાદન કરવાનું શક્ય બનાવશે કે જેનું સંશ્લેષણ કરવામાં ગ્રહ પરના શ્રેષ્ઠ રસાયણશાસ્ત્રીઓને વર્ષો લાગ્યા.

ત્રિ-પરિમાણીય રાસાયણિક પ્રિન્ટરના વર્તમાન પ્રોટોટાઇપની ક્ષમતાઓ હજુ પણ મર્યાદિત છે. તે માત્ર નવી દવાઓ જ બનાવવામાં સક્ષમ છે. જો કે, બર્કને આશા છે કે એક દિવસ તે તેના અદ્ભુત

ઉપકરણનું ગ્રાહક સંસ્કરણ બનાવવામાં સક્ષમ હશે, જેમાં ઘણી વધુ ક્ષમતાઓ હશે. તે તદ્દન શક્ય છે કે ભવિષ્યમાં આવા પ્રિન્ટરો એક પ્રકારના હોમ ફાર્માસિસ્ટ તરીકે કામ કરશે.

શું નેનો ટેકનોલોજિ માનવ સ્વાસ્થ્ય કે પર્યાવરણ માટે ખતરો છે?

નેનોપાર્ટિકલ્સની નકારાત્મક અસર વિશે એટલી બધી માહિતી નથી. 2003 માં, એક અભ્યાસ દર્શાવે છે કે કાર્બન નેનોટ્યુબ ઉંદર અને ઉંદરોના ફેફસાંને નુકસાન પહોંચાડી શકે છે. 2004ના એક અભ્યાસે દર્શાવ્યું હતું કે ફુલેરીન્સ માછલીમાં એકઠા થઈ શકે છે અને મગજને નુકસાન પહોંચાડી શકે છે.

પરંતુ બંને અભ્યાસોએ અસામાન્ય પરિસ્થિતિઓમાં પદાર્થના મોટા ડોઝનો ઉપયોગ કર્યો હતો. નિષ્ણાતોમાંના એક, રસાયણશાસ્ત્રી ક્રિસ્ટન કુલિનોવસ્કી (યુએસએ) અનુસાર, "આ નેનોપાર્ટિકલ્સની અસરને મર્યાદિત કરવાની સલાહ આપવામાં આવશે, હકીકત એ છે કે હાલમાં માનવ સ્વાસ્થ્ય માટે તેમના જોખમ વિશે કોઈ માહિતી નથી."

કેટલાક વિવેચકો એવી પણ દલીલ કરે છે કે નેનો ટેકનોલોજિનો વ્યાપક ઉપયોગ સામાજિક અને નૈતિક જોખમો તરફ દોરી શકે છે. તેથી, ઉદાહરણ તરીકે, જો નેનો ટેકનોલોજિનો ઉપયોગ નવી ઔદ્યોગિક ક્રાંતિની શરૂઆત કરે છે, તો તે નોકરીની ખોટ તરફ દોરી જશે.

તદ્દુપરાંત, નેનો ટેકનોલોજિ વ્યક્તિના વિચારને બદલી શકે છે, કારણ કે તેનો ઉપયોગ જીવનને લંબાવવામાં અને શરીરના પ્રતિકારને નોંધપાત્ર રીતે વધારવામાં મદદ કરશે. ક્રિસ્ટન કુલીનવસ્કી કહે છે, "મોબાઈલ ફોન અને ઈન્ટરનેટના વ્યાપક ઉપયોગથી સમાજમાં મોટા ફેરફારો થયા છે તેનો કોઈ ઈન્કાર કરી શકતું નથી.

" "કોણ એવું કહેવાની હિંમત કરે છે કે નેનોટેકનોલોજિ આગામી વર્ષોમાં સમાજ પર વધુ અસર કરશે નહીં?"

નેનો ટેક્નોલોજિમાં એવા ક્ષેત્રો છે જ્યાં રશિયન વૈજ્ઞાનિકો વિશ્વમાં પ્રથમ બન્યા, એવા પરિણામો પ્રાપ્ત કર્યા જેણે નવા વૈજ્ઞાનિક વલણોના વિકાસ માટે પાયો નાખ્યો.

તેમાંના અલ્ટ્રાફાઇન નેનોમટેરિયલ્સનું ઉત્પાદન, સિંગલ-ઇલેક્ટ્રોન ઉપકરણોની ડિઝાઇન, તેમજ અણુ બળ અને સ્કેનિંગ પ્રોબ

માઇક્રોસ્કોપીના ક્ષેત્રમાં કાર્ય છે. ફક્ત XII સેન્ટ પીટર્સબર્ગ ઇકોનોમિક ફોરમ (2008) ના માળખામાં યોજાયેલા વિશેષ પ્રદર્શનમાં, એક સાથે 80 વિશિષ્ટ વિકાસ રજૂ કરવામાં આવ્યા હતા.

રશિયા પહેલેથી જ સંખ્યાબંધ નેનોપ્રોડક્ટ્સનું ઉત્પાદન કરે છે જેની બજારમાં માંગ છે: નેનોમેમ્બ્રેન્સ, નેનોપાવડર, નેનોટ્યુબ. જો કે, નિષ્ણાતોના મતે, નેનો ટેકનોલોજિકલ વિકાસના વેપારીકરણમાં રશિયા યુનાઇટેડ સ્ટેટ્સ અને અન્ય વિકસિત દેશો કરતાં દસ વર્ષ પાછળ છે.

કલામાં નેનો ટેકનોલોજિ

અમેરિકન કલાકાર નતાશા વિટા-મોરની સંખ્યાબંધ કૃતિઓ નેનોટેકનોલોજિ વિષયો સાથે કામ કરે છે.

સમકાલીન કલામાં, એક નવી દિશા "નેનોઆર્ટ" (નેનોઆર્ટ) ઉભરી આવી છે - અનુક્રમે સૂક્ષ્મ અને નેનો-સાઇઝ (10 –6 અને 10 –9 મીટર) ના શિલ્પો (રચના) ના કલાકાર દ્વારા સર્જન સાથે સંકળાયેલ કલાનો એક પ્રકાર.)

પ્રોસેસિંગ સામગ્રીની રાસાયણિક અથવા ભૌતિક પ્રક્રિયાઓના પ્રભાવ હેઠળ, ઇલેક્ટ્રોન માઈક્રોસ્કોપનો ઉપયોગ કરીને મેળવેલ નેનો-ઈમેજોના ફોટોગ્રાફ અને ગ્રાફિક્સ એડિટરમાં બ્લેક-એન્ડ-વ્હાઈટ ફોટોગ્રાફ્સની પ્રક્રિયા કરવી.

રશિયન લેખક એન. લેસ્કોવ "લેફ્ટી" (1881) ની જાણીતી કૃતિમાં, એક વિચિત્ર ભાગ છે: "જો," તે કહે છે, "ત્યાં વધુ સારો નાનો અવકાશ હોત, જે પાંચ મિલિયનને મોટું કરે છે, તેથી તમે સન્માનિત કરશો. ," તે કહે છે, "દરેક ઘોડાની નાળ પર માસ્ટરનું નામ પ્રદર્શિત થાય છે.

તે જોવા માટે: કયા રશિયન માસ્ટરે તે ઘોડાની નાળ બનાવી છે. આધુનિક ઇલેક્ટ્રોન અને અણુ બળ સૂક્ષ્મદર્શક યંત્રો દ્વારા 5,000,000 ગણો વધારો આપવામાં આવે છે, જે નેનો ટેકનોલોજિના મુખ્ય સાધનો ગણવામાં આવે છે. આમ, સાહિત્યિક નાયક લેફ્ટીને ઇતિહાસમાં પ્રથમ "નેનોટેકનોલોજિસ્ટ" ગણી શકાય.

ફેનમેનનું 1959નું વ્યાખ્યાન "ઘેર ઈઝ અ ધ ઓર ડાઉન ઘેર" નેનોમેનિપ્યુલેટર કેવી રીતે બનાવવું અને તેનો ઉપયોગ કેવી રીતે કરવો તે વિશેના વિચારો 1931માં પ્રસિદ્ધ સોવિયેત લેખક બોરીસ

ઝિટકોવની વિજ્ઞાન સાહિત્ય વાર્તા "માઈક્રોહેન્ડ્સ" સાથે લગભગ એકરૂપ છે.

નેનો ટેક્નોલોજીના અનિયંત્રિત વિકાસના કેટલાક નકારાત્મક પરિણામોનું વર્ણન એમ. ક્રિક્ટન ("સ્વોર્મ"), એસ. લેમ ("સ્થળ પર નિરીક્ષણ" અને "પૃથ્વી પર શાંતિ"), એસ. લુક્યાનેન્કો ("કંઈ નથી) ની રચનાઓમાં કરવામાં આવ્યું છે. શેર").

વાય. નિકિતિનની નવલકથા "ટ્રાન્સમેન" ના નાયક નેનોટેકનોલોજી કોપોરેશનના વડા અને તબીબી નેનોરોબોટ્સની ક્રિયાનો અનુભવ કરનાર પ્રથમ વ્યક્તિ છે.

વિજ્ઞાન સાહિત્ય શ્રેણી Stargate SG-1 અને Stargate Atlantis માં, સૌથી વધુ તકનીકી રીતે અદ્યતન રેસમાંની એક "રેપ્લીકેટર્સ" ની બે રેસ છે જે નેનોટેકનોલોજીના વિવિધ કાર્યક્રમોના ઉપયોગ અને વર્ણનના અસફળ પ્રયોગોના પરિણામે ઊભી થઈ છે.

ધ ડે ધ અર્થ સ્ટેડ સ્ટીલ ફિલ્મમાં, કેનુ રીવ્સ અભિનિત, એક એલિયન સભ્યતા માનવતા પર મૃત્યુદંડની સજા પસાર કરે છે અને સ્વ-પ્રતિકૃતિ બનાવતા નેનો-રિપ્લિકન્ટ ભૃંગની મદદથી ગ્રહ પરની દરેક વસ્તુનો લગભગ નાશ કરે છે, તેના માર્ગમાંની દરેક વસ્તુને ખાઈ જાય છે.

તાજેતરમાં, તમે વારંવાર "નેનો ટેકનોલોજી" શબ્દ સાંભળી શકો છો. જો તમે કોઈપણ વૈજ્ઞાનિકને પૂછો કે તે શું છે અને શા માટે નેનો ટેક્નોલોજીની જરૂર છે, તો જવાબ ટૂંકો હશે: "નેનો ટેક્નોલોજી પદાર્થીના રીઢો ગુણધર્મીને બદલે છે. તેઓ વિશ્વને બદલી નાખે છે અને તેને વધુ સારી જગ્યા બનાવે છે."

વૈજ્ઞાનિકો દાવો કરે છે કે નેનો ટેકનોલોજી પ્રવૃત્તિના ઘણા ક્ષેત્રોમાં ઉપયોગ કરશે: ઉદ્યોગમાં, ઊર્જામાં, અવકાશ સંશોધનમાં, દવામાં અને અન્ય ઘણી બાબતોમાં. ઉદાહરણ તરીકે, માનવ શરીરના કોઈપણ કોષમાં પ્રવેશ કરવામાં સક્ષમ નાના નેનોરોબોટ્સ ઝડપથી અમુક રોગોની સારવાર કરી શકશે અને એવા ઓપરેશન કરી શકશે જે સૌથી અનુભવી સર્જન પણ કરી શકશે નહીં.

નેનો ટેકનોલોજી માટે આભાર, "સ્માર્ટ હોમ્સ" દેખાશે. તેમાં, વ્યક્તિએ વ્યવહારિક કંટાળાજનક ઘરના કામકાજ સાથે વ્યવહાર

કરવો પડશે નહીં. આ જવાબદારીઓ "સ્માર્ટ વસ્તુઓ" અને "સ્માર્ટ ડસ્ટ" દ્વારા લેવામાં આવશે. લુડા એવા કપડાં પહેરશે જે ગંદા ન થાય, વધુમાં, તેઓ માલિકને જાણ કરે છે કે, ઉદાહરણ તરીકે, રાત્રિભોજન કરવાનો અથવા સ્નાન કરવાનો સમય છે.

નેનોટેકનોલોજિ કોમ્પ્યુટર અને મોબાઈલ ફોનની શોધને મંજૂરી આપશે જેને રૂમાલની જેમ ફોલ્ડ કરીને તમારા ખિસ્સામાં લઈ જઈ શકાય.

એક શબ્દમાં, નેનોટેકનોલોજિસ્ટ ખરેખર માનવ જીવનમાં નોંધપાત્ર પરિવર્તન લાવવાનો ઇરાદો ધરાવે છે.

નેનો ટેકનોલોજિ શું છે

નેનો ટેકનોલોજિ શું છે? અને તેઓ તમને વસ્તુઓના ગુણધર્મો બદલવાની મંજૂરી કેવી રીતે આપે છે?

"નેનો ટેકનોલોજિ" શબ્દમાં બે શબ્દોનો સમાવેશ થાય છે - "નેનો" અને "ટેક્નોલોજિ".

"નેનો" એ ગ્રીક શબ્દ છે જેનો અર્થ થાય છે કોઈ વસ્તુનો અબજમો ભાગ, જેમ કે મીટર. એક અણુનું કદ નેનોમીટર કરતાં થોડું ઓછું છે. નેનોમીટર એક મીટર કરતા એટલું નાનું હોય છે .

જેટલું સામાન્ય વટાણા ગ્લોબ કરતા નાનું હોય છે. જો કોઈ વ્યક્તિની ઊંચાઈ એક નેનોમીટર હોય, તો કાગળની શીટની જાડાઈ વ્યક્તિને મોસ્કોથી તુલા શહેર સુધીના અંતર જેટલી જ લાગશે, જે 170 કિલોમીટર જેટલું છે!

"ટેક્નોલોજિ" શબ્દનો અર્થ છે ઉપલબ્ધ સામગ્રીમાંથી વ્યક્તિ માટે જે જરૂરી છે તેની રચના.

અને નેનોટેકનોલોજિ એ ખાસ ઉપકરણોનો ઉપયોગ કરીને અણુઓ અને અણુઓના જૂથો (તેમને નેનોપાર્ટિકલ્સ કહેવામાં આવે છે) માંથી વ્યક્તિની જરૂરિયાતની રચના છે.

નેનોપાર્ટિકલ્સ મેળવવાની બે રીત છે.

પ્રથમ, સરળ, પદ્ધતિ ટોપ-ડાઉન છે. કણ નેનોસાઇઝ ન થાય ત્યાં સુધી પ્રારંભિક સામગ્રી વિવિધ રીતે ગ્રાઉન્ડ કરવામાં આવે છે.

બીજું વ્યક્તિગત પરમાણુઓને જોડીને નેનોપાર્ટિકલ્સ મેળવવાનું છે, "નીચેથી" આ એક વધુ જટિલ રીત છે, પરંતુ તેની પાછળ વૈજ્ઞાનિકો

નેનો ટેક્નોલોજીનું ભવિષ્ય જુએ છે.

નેનોપાર્ટિકલ્સ મેળવવાની પ્રથમ રીત એ છે કે જ્યાં સુધી કણ નેનોસાઇઝ ન થાય ત્યાં સુધી સામગ્રીને ગ્રાઇન્ડ કરવી. નેનોપાર્ટિકલ્સ મેળવવાની બીજી રીત એ છે કે અણુઓને નેનોપાર્ટિકલમાં વિવિધ રીતે જોડવું.

આ રીતે નેનોપાર્ટિકલ્સ મેળવવું એ કન્સ્ટ્રક્ટર સાથે કામ કરવાની યાદ અપાવે છે. માત્ર અણુઓ અને પરમાણુઓનો ઉપયોગ ભાગો તરીકે થાય છે, જેમાંથી વૈજ્ઞાનિકો નવા નેનોમટેરિયલ્સ અને નેનોડિવાઈસ બનાવે છે. આમ નેનો ટેકનોલોજી એ માનવ જીવન ને દરેક રીતે સમૃદ્ધ બનાવ્યું છે એમ કહી શકાય છે.

સંદર્ભ : તસ્વીર અને માહિતી વિકિપીડિયા અને તમામ અખબારી અહેવાલો અને વિવિધ બ્લોગ ના વિચારો

3
ટાઈમ મશીન એક અજીબ કોયડો

મિત્રો આ લેખ માહિતી આધારિત છે , મેં વિવિધ સંદભો, અખબારી અહેવાલો નો ઉપયોગ કરીને આ લેખ લખ્યો છે મેં માત્ર માહિતી આપી છે જેની નોંધ લેવા વિનંતી છે .

આપે ઘણી વખત ટાઈમ ટ્રાવેલ વિશે સાંભળ્યું હોય છે. પણ એના વિશે વિચાર કરવા જઈએ તો એ કાલ્પનિક જ લાગે છે. કે એ માનવામાં નથી આવતું આપણામાંથી ઘણા લોકો આ વસ્તુને સંભવ પણ માને છે. પણ આ ટાઇમ ટ્રાવેલ જો સત્ય હોય તો સાબિતી પણ જોઈએ. તો આજે જાણીએ આવી અમુક ઘટનાઓ વિશે.

1974 માં પ્રિન્ટ થયેલ એક બુકમાં પહેલાના જમાનાની વાતો અને ફોટોગ્રાફ્સ હતા. આ ફોટો કેનેડા અને અમેરિકાની વચ્ચે આવેલ એક પ્રદેશનો હતો. આ બુકમાં એક ચોંકાવનારો ફોટો હતો. જેમાં બધા માણસોના ફોટા પાડયા પછી જોવામાં આવ્યા અને ઓળખવામાં આવ્યા હતા.

અહીં બધાયે 1917 ના જમાના ના કપડા પહેર્યા હતા. પણ એક માણસ એમાં નો એવો હતો જેને મોડર્ન કપડા અને મોડર્ન હેર સ્ટાઈલ રાખેલ હતી. અને એની આજુબાજુ બેઠેલ વ્યક્તિ એને આશ્ચર્યથી જોઈ રહ્યા હતા.

એક તસવીર કેનેડા ની વેબસાઈટ વર્ચ્યુઅલ મ્યુઝિયમ થી લેવાયેલ છે. અને આ ફોટાને ૧૯૪૧ માં પાડવામાં આવ્યો હતો. આ ફોટો કેનેડાના સાઉથ હોર્સ બ્રિજના ઉદ્ઘાટન દ્વારા લેવાયેલ હતો.

આ ફોટો કોઈ જ એડીટીંગ વગર નો હતો પણ આમાં દેખાતો આ માણસ બાકીના બીજા લોકો કરતા સાવ જ અલગ દેખાઈ રહ્યો હતો.. તો શું આ વ્યક્તિ સમય યાત્રા કરીને ઇતિહાસ માં પહોંચી ગયો હતો ? જે કોઈ નથી જાણતું.

ડિસેમ્બર 2008 માં જ્યારે ચાઇનીઝ શોધકર્તાઓ એ એક 400 વર્ષ જૂના પથ્થર નું નિરીક્ષણ કર્યું. તો એમાંથી એ લોકોને એક વીંટી આકાર ની 500 વર્ષ જૂની ઘડિયાળ મળી જેમાં સમય 10:06 થયો હતો.

અને આ ઘડીયાળ સીઝર લેન્ડ માં બનાવાય હતી. પણ 500 વર્ષ પહેલા તો સ્વીઝરલેન્ડ નું કોઈ અસ્તિત્વ જ નહોતું. તો આ ઘડિયાળ આટલી પહેલા કેવી રીતે આવી ગઈ ?

1964 માં એક સામાન્ય દેખાતા માણસે ટોકીયો જવા પ્લેન માં બેઠો.અને જ્યારે તેમનું પ્લેન ટોકિયો ના એરપોર્ટ પર ઉતર્યું. ત્યારે એ માણસ ને ખબર ના હતી કે આ એની યાત્રા એક રહસ્યમય અને અસામાન્ય રહેવાની હશે.

જેવું એ માણસે એક્ઝીટ ડોર પર એનો પાસપોર્ટ બતાવ્યો. તો ત્યાં ઉભા રહેલા ઓફિસરો એ જોઈ ને ચોકી ઉઠ્યા. તે માણસ ની પૂછપરછ કરવા માટે ઈન્ટ્રોગેશન રૂમ માં લઇ જવાયો. કારણકે એ જાણવા માંગતા હતા કે આ માણસ ક્યાંથી આવ્યો છે.

અને એમનો પાસપોર્ટ તો એકદમ યોગ્ય જ હતો.પણ એના પર એક એવા દેશનું નામ લખાયેલું હતું જે આજથી પહેલા ક્યારેક એ લોકોએ નહોતું સાંભળ્યું એ તેમનું દેશનું નામ હતું TAURED .

આ માણસે એવો દાવો કર્યો કે તેમનો દેશ ફ્રાન્સ અને પેરિસ નો વચ્ચે આવેલો છે. આ લોકો એ માણસની મેપ બતાવી ને પૂછ્યું કે આમાં ક્યાં આવેલો છે એમનો દેશ ? અને આ માણસે જે જગ્યા બતાવી એ ANDORRA હતો.

આ માણસે એવો દાવો કર્યો કે એને ક્યારેય ANDORA નામ જ નથી સાંભળ્યું. અને આ માણસ ના મત મુજબ TAURED દેશ આજથી નહીં પણ એક હજાર વર્ષ જૂનો છે. પૂછતાછ દરમિયાન આ માણસ ખૂબ

CONFUSED લાગતો હતો. કે આ ઓફિસરો એને કેમ આવા સવાલો કરી રહ્યા છે !

આ માણસે એમ કીધું કે એ જાપાન એના બિઝનેસ કામ માટે આવ્યો છે. અને છેલ્લા પાંચ વર્ષથી એ જાપાન આવતો જતો રહ્યો છે. એનો પાસપોર્ટ પણ એ વાત સાબિત કરતું હતું કે એ સાચું બોલી રહ્યો છે. અને આ માણસ પાસે એના દેશનું ડ્રાઇવિંગ લાઇસન્સ પણ હતું અને સાથે એક ચેક બુક પણ હતી.

જેના પર અજાણી બેંકો ના નામ લખ્યા હતા,થોડી બીજી પુછતાછ પછી આ માણસને એક નજીકના હોટલમાં મોકલી દેવાયો અને જ્યાં સુધી ઓફિસરો એક ફાઇનલ નિર્ણય પર ન પહોંચે ત્યાં સુધી તેને ત્યાં રોકાવા કહ્યું. અને એ હોટલના દરવાજા પર બે પોલીસ ઓફિસર ને ઉભા રાખ્યા.

આગલી સવારે જ્યારે એ માણસ ના રુમ માં ગયા તો ત્યાં એમની કોઈ જ ન મળ્યું. આ બધું જોઇને એ લોકો ખૂબ જ આશ્ચર્યચકીત થઇ ગયા. કારણકે રુમની બહારથી લોક માર્યું હતું. અને દરવાજા સિવાય માત્ર બારીમાંથી જ અવર-જવર થઇ શકે એમ હતી. પણ આવું કરવું શક્ય નહોતું.

કારણ કે આ રુમ 15 મા માળે હતો. તે પછી આ માણસ આખરે ક્યાં ગાયબ થઇ ગયો? ટોકીયો પોલીસે એ હોટેલ અને આજુબાજુ નું બધા જ વિસ્તારની છાનભીન કરી.

પણ હાથ માં કઈ ના આવ્યું. આટલા વર્ષો પછી પણ આ ઘટના રહસ્ય જ બનેલ છે કે આ માણસ કોણ હતો? અને એ દેશ ક્યાં છે ક્યાંથી આવ્યો હતો જેનું નામ પણ કોઈને નહોતું સાંભળ્યું. સાચે જ આ ઘટના ખૂબ જ ગંભીર જણાય છે. એવેન્જર્સ એન્ડગેમ. ટાઈમ ટ્રાવેલથી ભરપૂર.

Sci-fi ફિલ્મોના ચાહકો ટાઈમ ટ્રાવેલ ના કોન્સેપટથી અજાણ્યા ના હોય, ઇન્ટરસ્ટેલર , દેજા વું , થોર, એવેન્જર્સ, ડો.સ્ટ્રેન્જ, સોર્સ કોડ, બેક ટૂ ધ ફયુચર, પ્રેડેસ્ટિનેશન, લૂપર, મેન ઈન બ્લેક, સ્ટાર ટ્રેક, સ્ટાર વૉર્સ, ટર્મિનેટર , બટરફ્લાય ઈફેક્ટ , લેઈક હાઉસ, 12 મંકીઝ, ફ્રીક્વન્સી, ગ્રાઉન્ડ હોગ ડે વગેરે વગેરે આ કેટેગરીની અદભુત ફિલ્મો છે.

ટાઈમ ટ્રાવેલ પર સાઉથ માં પણ બે સરસ મૂવી બની ગયા છે. "Indru Netru Naalai" અને "24".ટાઈમ ટ્રાવેલ સમજવા માટે ડાઈમેંશન્સ સમજવા જરૂરી છે.4 ડાઈમેંશન્સ આપણે સારી રીતે જાણીએ છીએ.

0 ડાઈમેંશન – એક ટપકું કે જેની લંબાઈ, પહોળાઈ કે ઊંડાઈ નથી. એ ઉપર-નીચે , ડાબી-જમણી કે આગળ-પાછળ ખસતું નથી.

1 ડાઈમેંશન – નાનાં નાનાં અગણિત ટપકાંઓ ભેગા થઇ બનતી લાઈન, જેને ફક્ત પહોળાઈ છે (ગણિતમાં જે x અક્ષ આવતો હતો તે). ડાબી-જમણી બાજુ ખસી શકાય છે.

2 ડાઈમેંશન્સ – ચોરસ, જેને લંબાઈ અને પહોળાઈ છે (x અક્ષ અને y અક્ષ). ડાબી-જમણી બાજુ અને ઉપર-નીચે ખસી શકાય છે.

3 ડાઈમેંશન્સ – ક્યુબ, જેને લંબાઈ, પહોળાઈ અને ઊંડાઈ છે (x અક્ષ, y અક્ષ અને z અક્ષ). ડાબી-જમણી,ઉપર-નીચે અને આગળ-પાછળ ખસી શકાય છે.

હવે કેટલીક પૂર્વધારણાઓ તમે જે ડાઈમેંશનમાં છો એમાં રહીને એ ડાઈમેંશન ને સંપૂર્ણ રીતે સમજવું કે વિઝ્યુઅલાઈઝ કરવું શક્ય નથી.

તમે જે ડાઈમેંશનમાં છો એમાં રહીને એ ડાઈમેંશન ની ઉપર ના ડાઈમેંશન ને સંપૂર્ણ રીતે સમજવું કે વિઝ્યુઅલાઈઝ કરવું શક્ય નથી.

તમે જે ડાઈમેંશનમાં છો એમાં રહીને એ ડાઈમેંશન ની નીચે ના ડાઈમેંશન ને સમજવું કે વિઝ્યુઅલાઈઝ કરવું શક્ય છે.

ધારી લો કે તમે 2 ડાઈમેંશન્સ માં જીવો છો. એટલે કે તમે ચોરસ માં છો. ઉદાહરણ તરીકે સાદો કાગળ. એક પેન્સિલ આ કાગળમાંથી પસાર થયેલી છે. તમે શું જોઈ શકશો? પેન્સિલનો એક નાનો ઉભી લીટી જેવો ભાગ. આનાથી પેન્સિલ શું છે કે પેન્સિલ કેવી છે એનો ખ્યાલ આવતો નથી.

હવે એક ડાઈમેંશન ઉપર જઈએ.

ધારી લો કે તમે 3 ડાઈમેંશન્સ માં જીવો છો. એટલે કે તમે એક બોક્સમાં છો. એક પેન્સિલ આ બોક્સમાંથી પસાર થયેલી છે. તમે શું જોઈ શકશો? પેન્સિલનો એક નાનો ભાગ. આનાથી પણ પેન્સિલ શું છે કે પેન્સિલ કેવી છે એનો ખ્યાલ આવતો નથી.

ધારી લો કે તમે 3 ડાઈમેંશન્સ માં જીવો છો. એટલે કે તમે એક બોક્સમાં છો. આ બોક્સમાં એક સાદો કાગળ છે. એક પેન્સિલ આ કાગળમાંથી પસાર થયેલી છે.

તમે શું જોઈ શકશો? આખી પેન્સીલ. એટલેકે બોક્સમાં રહેલી પેન્સિલ ને તમે સમજી શકો છો, પણ બોક્સમાંથી પસાર થયેલી પેન્સિલ વિષે તમને પૂરો ખ્યાલ નથી કે એ શું છે.

હવે એક ડાઈમેંશન હજુ ઉપર જઈએ. એટલે કે બોક્સની બહાર નીકળીએ 4 ડાઈમેંશન્સ માં. તમે બોક્સ અને બોક્સમાંથી પસાર થયેલી પેન્સિલ બંને જોઈએ શકશો.

ડાઈમેંશન રેલેટીવ છે. એટલે કે તમારા માટે જે 2 ડાઈમેંશન છે એ બીજા કોઈ પ્રાણી માટે 3 ડાઈમેંશન પણ હોઈ શકે છે.

વિચારો કે બે બિલ્ડિંગની વચ્ચે ટોચ પર એક પાણીની નાની નળાકાર પાઇપ છે. દૂર થી જુઓ તો એ એક લાઈન જ દેખાશે (1 ડાઈમેંશન) અને એ પાઇપ પર તમને ચાલવાનું કહેવામાં આવે તો તમે આગળ કે પાછળ જ જઈ શકો. ઉપર નીચે કુદકા ના મારી શકો.

આજ પાઇપ પર કીડીને ચાલવાનું કહેવામાં આવે તો એ ઉપર નીચે પણ ચાલશે (2 ડાઈમેંશન). આજ પાઇપ માંથી મધમાખીને જવાનું કહીએ તો એ આગળ પાછળ, ઉપર નીચે ચાલીને એક બિલ્ડીંગ થી બીજી બિલ્ડીંગ પર પહુંચી શકે છે અને પાઇપમાંથી ઉડીનેપણ જઈ શકે છે. (3 ડાઈમેંશન)

એવા ડાઈમેંશન પણ હોઈ શકે છે, જેનું અસ્તિત્વ છે પણ આપણને નથી ખબર.

1 ડાઈમેંશન અને 2 ડાઈમેંશનની વચ્ચે પણ અદ્રશ્ય ડાઈમેંશનસ હોઈ શકે છે. આ થઇ સ્ટ્રીંગ થીઅરી. આઈન્સ્ટાઈનના ગયા પછી આ થીઅરી પીકચરમાં આવી છે અને મલ્ટી ડાઈમેંશન ની પોસિબિલિટી ને સપોર્ટ કરે છે.આપણે કયા ડાઈમેંશન માં જીવીએ છીએ?

જવાબ છે 4 ડાઈમેંશન. આ 4 ડાઈમેંશન એટલે સમય. તમે 3 ડાઈમેંશન વસ્તુઓને સમજી શકો છો, પણ 4 ડાઈમેંશન સમજી શકો? યાદ કરો પહેલા શું કહ્યું હતું? "તમે જે ડાઈમેંશનમાં છો એમાં રહીને એ ડાઈમેંશન ને સંપૂર્ણ રીતે સમજવું કે વિઝ્યુઅલાઈઝ કરવું શક્ય નથી.".

છતાં ટાઈમ ટ્રાવેલ સમજવું હોઈ તો 4 ડાઈમેંશન ને સમજવાનો પ્રયત્ન કરવો પડશે.4 ડાઈમેંશન સમજવા માટે આપણા જીવન વિષે વિચારો.

ધારી લો કે તમારું જીવન એક 3D બોક્સ છે યા તો તમે એ 3D બોક્સ માં છો જેની બહાર શું ચાલી રહ્યું છે એની તમને ખબર નથી.

પણ તમારી જાણ બહાર આ બોક્સ આગળ ની દિશામાં સતત ગતિ કરી રહ્યો છે. આ 3D બોક્સમાં તમને વર્તમાન સમય જ ખબર પડે છે.

તો આ 3D અને વર્તમાન સમય એટલે 4D. અહીં ભૂતકાળ કે ભવિષ્યકાળમાં તમે જઈ નથી શકતા. તો આ મોમેન્ટ પર તમે જે વાંચી રહ્યા છો , જે જોઈ રહ્યા છો એ છે 4 ડાઈમેંશન.

હવે તમને કહેવામાં આવે કે આ 3D બોક્સ ની ગતિ તમારે જોવી છે, ભૂતકાળ કે ભવિષ્યકાળ પણ જોવા છે. તો શું કરવું પડે? બોક્સમાંથી બહાર નીકળવું પડે.

એટલે કે એક ડાઈમેંશન ઉપર જવું પડે. એટલે કે 5 ડાઈમેંશન માં જવું પડે. કવોન્ટમ ફિઝીક્સ અને સ્પેસની શરૂઆત અહીં થાય છે, 5 ડાઈમેંશન માં

5 ડાઈમેંશન માં તમને શું દેખાશે? તમારી જિંદગીની શરૂઆત અને સમય સાથે આગળ જતો 3D બોક્સ. એટલે કે ભૂતકાળ અને ભવિષ્યકાળ. તો આ 5 ડાઈમેંશન માં ટાઈમ ટ્રાવેલ પોસિબલ છે.

6 ડાઈમેંશનમાં પણ તમે ટાઈમ ટ્રાવેલ કરીજ શકો છો અને બીજાની જિંદગીનમાં સળી કરી શકો છો. એનો મતલબ એ થાય કે તમારી જિંદગીમાં પણ કોઈ બીજા સળી કરી શકે છે.

વિચારો કે તમારો કોઈ દુશ્મન ભૂતકાળમાં તમે જન્મયા નથી એ પહેલા ના સમયમાં ટાઈમ ટ્રાવેલ કરે અને તમારા માતા પિતાને મળવા ના દે તો તમારો જન્મ જ ના થાય

એવેન્જર્સ સિરીઝ કે થોર સિરીઝ માં જે લોકો પોર્ટલ થકી એક જગ્યા એ થી બીજી જગ્યા એ કુદકા મારે છે, એ જોઈને એક વાત નક્કી છે કે એ 6 ડાઈમેંશનમાં જીવતી પ્રજાતિ છે.

6 ડાઈમેંશન સુધી આપણે એક યુનિવર્સ કે બ્રહ્માંડ ની વાત કરી રહ્યા છીએ.

આપણી પૃથ્વી અને બીજા નાના મોટા ગ્રહો એ આપણા સૂર્યમંડળ નો ભાગ છે. આપણા સૂર્યમંડળની બહાર શું છે એ આપણે હજુ જોઈ શક્યા નથી.આવા અસંખ્ય સૂર્યમંડળ છે.

આ સૂર્યમંડળની વચ્ચે નાના મોટા બ્લેક હોલ્સ આવેલા છે.

આ અસંખ્ય સૂર્યમંડળસ અને અનેક બ્લેક હોલ્સ આપણી ગેલેક્સી દુધગંગા ના ભાગ છે

આવી અસંખ્ય ગેલેક્સીસ મળીને યુનિવર્સ કે બ્રહ્માંડ બને છે

7 ડાઈમેંશન એવું ડાઈમેંશન જેમાં તમે દરેક યુનિવર્સ, દરેક યુનિવર્સ માં ચાલતી દરેક ઘટના બધું જોય શકો, તમે ભગવાન ની સમકક્ષ પહોંચી જાઓ.મલ્ટીપલ યુનિવર્સ ને મલ્ટીવર્સ પણ કહે છે. પેરેલલ યુનિવર્સ નો કોન્સેપટ 7 ડાઈમેંશનથી શરૂ થાય છે.

સ્ટ્રીંગ થિઅરીમાં માનતા ભેજા ઓનું માનવું છે કે આવા 26 ડાઈમેંશન છે. વિજ્ઞાને હજુ ઘણા બધા જવાબો શોધવાના બાકી છે. જે વિજ્ઞાન સમજાવી નથી શકતું એ ઘણી બધી વસ્તુઓ ધર્મ માં સ્વીકારી લેવાંમાં આવી છે..

પૃથ્વી ની આસપાસ બીજા ગ્રહો નથી ફરતા, પૃથ્વી સૂર્યની આજુ બાજુ ફરે છે, બ્રહ્માંડની રચના આવા બધા વિષયો ની શરૂઆત ફિલોસોફી માં પહેલા આવી પછી વૈજ્ઞાનિકોએ અમુક બાબતો સાબિત કરી.

પૃથ્વી એક ગોળો છે એવું આપણે 100% માનીએ છીએ, પણ જયારે આ વાત પહેલી વાર કરવામાં આવી ત્યારે એનું કોઈ પ્રમાણ ના હતું. .બ્

રુનો ને જીવતો સળગાવી દેવામાં આવેલો કારણ કે એણે કહ્યું હતું કે બ્રહ્માંડનો કોઈ અંત નથી અને બીજા સૂર્યમંડળ હોઈ શકે છે. એ ફિલોસોફી હતી, એમાં વિજ્ઞાન પણ ના હતું ને ધર્મ પણ ના હતો.

કારણ એટલું જ કે, પહેલી વાર ટાઈમ ટ્રાવેલ નો ઉલ્લેખ મહાભારતમાં થયો છે. મહાભારતમાં એવી 3 ઘટનાઓ નોંધાયેલી છે.

પૃથ્વી પર એક દિવસ 24 કલાક નો છે. ગુરુ પર 10 કલાક નો છે તો શુક્ર પર 5832 કલાકનો. એટલે કે સમય પણ રેલેટીવ છે. બ્લેક હોલ ની નજીક તો સમય પૃથ્વીની સરખામણીએ ઘણો જ ધીમો છે.

ઇન્ટરસ્ટેલરમાં બતાવ્યું છે એમ બ્લેક હોલની નજીકના મિલર ગ્રહ પર એક દિવસ પસાર કરો તો પૃથ્વી પર 7 વર્ષ પસાર થઇ ગયા હોય.

કૃષ્ણ બાલ સ્વરૂપ હતા ત્યારે એક વાર બ્રહ્મા સ્વર્ગમાંથી પૃથ્વી પર આવ્યા. એમને જોયું કે કૃષ્ણ એમનાં ગોવાળ મિત્રો સાથે રમી રહ્યા છે અને ગાય આજુ બાજુ ઘાસ ચરી રહી છે.

બ્રહ્માને થોડી અદેખાઈ આવી. કૃષ્ણ જરા આમતેમ ગયા એટલામાં બ્રહ્મા એમના ગોવાળ મિત્રો અને ગાયો ને લઈને સ્વર્ગમાં પહોંચી ગયા.

આ બાજુ કૃષ્ણ ને બ્રહ્માની ચાલાકી સમજાઈ ગઈ અને માયાથી એમેણે પોતાના બીજા સ્વરૂપો ને ગોવાળ મિત્રો અને ગાયો બનાવી દીધા.

બ્રહ્મા ગોવાળો અને ગાયો ને સ્વર્ગમાં મૂકીને તરત પૃથ્વી પર પાછા ફર્યા અને જોયું કે કૃષ્ણ તો એમના ગોવાળ મિત્રો અને ગાયો સાથે રમી રહ્યા છે અને પૃથ્વી પર 10 વર્ષ નો સમય વીતી ચુક્યો છે.

એક વાર દેવો અને અસુરો વચ્ચે યુદ્ધ થયું. રાજા મુચુકંદ એ ઇન્દ્રને મદદ કરી. રાજા એકાદ વર્ષ સ્વર્ગ લોકમાં રહ્યો અને પછી ઇન્દ્ર પાસે પાછા પૃથ્વી પર જવાની પરવાનગી માંગી.

ઇન્દ્રે જવાબ આપ્યો કે પૃથ્વી પર 360 વર્ષ વીતી ચુક્યા છે અને એમને જાણનાર કોઈ જીવિત નથી.

રાજા રૈવત ને પોતાની રાજકુમારી માટે યોગ્ય વર પૃથ્વી પર મળતો નથી. એ બ્રહ્માને મળવા સ્વર્ગ લોક જાય છે અને પોતાની સમસ્યા જણાવે છે.

બ્રહ્મા હસે છે અને જણાવે છે કે રૈવત જે રાજકુમારો કે રાજાઓની વાત કરી રહ્યા છે એ તો ક્યારના ટપકી ગયા છે. રૈવત સ્વર્ગમાં આવ્યા એટલામાં તો પૃથ્વી પર સમયના ઘણા ચક્રો ફરી ગયા છે.

ઘણા 5 ડાઈમેંશન ને નર્કનો દ્વાર કહે છે. બ્લેક હોલ કે પછી વોર્મ હોલનો કોન્સેપ્ટ પણ 5 ડાઈમેંશન માં પોસિબલ એવા ટાઈમ ટ્રાવેલ માં આવે છે.

બ્લેક હોલ કે વોર્મ હોલ માંથી પસાર થયા પછી નર્ક હોઈ શકે..એ હિસાબે 6 ડાઈમેંશન નર્ક છે અને એની પછીના સ્વર્ગ ના ડાઈમેંશનસ છે. મહાભારત ના અંતમાં યુધિષ્ઠિર પહેલા નર્કની મુલાકાત લે છે પછી

સ્વર્ગમાં પહોંચે છે.

પુરાણો માં જે લખાયેલું છે એનું કોઈ વૈજ્ઞાનિક પ્રમાણ નથી, છતાં એમ લાગે છે કે વિજ્ઞાન એ જ સાબિત કરવા હજી મથે છે જે પુરાણોમાં લખાયું છે.

એટલે જ કહેવાય છે કે વિજ્ઞાન અને ધર્મ એક જ સિક્કાની બે બાજુ છે. સ્ટ્રીંગ થીઅરી માટે પણ વૈજ્ઞાનિકોએ મહાભારત માંથી પ્રેરણા લીધી હોય તો નવાઈ નહિ.

ગરુડ પુરાણમાં પણ કહેવાયું છે કે, મૃત્યુ પછી આત્મા ભટકે છે અને અમુક પૂજા પાઠ પછી અલગ અલગ સ્તરો પસાર કરીને સ્વર્ગમાં પહોંચે છે. આ સ્તરો હાયર ડાઈમેન્સન્સ હોય શકે?

સ્વર્ગલોકમાંથી પૃથ્વીલોક કે નર્કલોક માં ઘડીભરમાં ગાયબ થઇ કવિક વિઝિટ મારી આવતા નારદ મુનિ ટાઈમ ટ્રાવેલ કરતા હતા? ટેલિપોર્ટિંગ કરતા હતા?

આવા જવા માટે વોર્મ હોલ જેવા પોર્ટલનો ઉપયોગ કરતા હતા? તો શું સ્વર્ગ લોક ના રહેવાસીઓ 7 ડાઈમેંશનમાં જીવતા હશે? ટાઈમ મશીન ઉપર સંશોધન હજી ચાલુ છે અને આવનાર સમય માં ખબર પડશે કે ખરેખરઆ સત્ય છે કે નથી?

સ્રોત: વેબદુનિયા બ્લોગ, વિકિપીડિયા , વિવિધ અખબારી અહેવાલો અને બ્લોગ અને લેખ આધારિત માહિતી , https://kalbalat.wordpress.com/2019/ https://www.ajabgajabvaato.com, google image.